தேவநேயப் பாவாணர்

உள் அட்டையில் காணும் சிற்பக் காட்சியில். பகவான் புத்தரின் அன்னை மாயாதேவி கண்ட கனவின் பலனை, மன்னர் சுத்தோதனருக்கு நிமித்திகர் மூவர் விளக்கு கின்றனர். அவர்களுக்குக் கீழே அமர்ந்து அந்த விளக்கத்தை எழுதுகிறார் ஓர் எழுத்தர். எழுதும் கலையைச் சித்தரிக்கும் முதல் இந்தியச் சிற்பம் இதுவாகவே இருக்கலாம்.

(நாகார்ஜூன் மலைச்சிற்பம், கி.பி.இரண்டாம் நூற்றாண்டு.

பட உதவி: நேஷனல் மியூசியம், புதுதில்லி)

இந்திய இலக்கியச் சிற்பிகள்
தேவநேயப் பாவாணர்

இரா. இளங்குமரன்

சாகித்திய அகாதெமி

DEVANEYA PAVAANAR − Monograph in Tamil by Ira.Ilangkumaran.
Sahitya Akademi, New Delhi 2002. Reprint 2017. Rs.50/-

© சாகித்திய அகாதெமி

முதல் பதிப்பு	:	2002
இரண்டாம் பதிப்பு	:	2007
மூன்றாம் பதிப்பு	:	2012
நான்காம் பதிப்பு	:	2017

ISBN − 81−260−1499−7

சாகித்திய அகாதெமி

இரவீந்திர பவன், 35, பெரோஸ்ஷா சாலை,
புது தில்லி 110 001.

விற்பனை

ஸ்வாதி மந்திர் சாலை, புதுதில்லி 110 001.

மத்திய கல்லூரி வளாகம், பல்கலைக்கழக நூலகக்
கட்டடம், டாக்டர் அம்பேத்கர் வீதி, பெங்களூரு 560 001

குணா பில்டிங்ஸ், 443 அண்ணா சாலை, தேனாம்பேட்டை
சென்னை 600 018.

ஜீவன்தாரா பில்டிங், நான்காவது மாடி.
டைமண்ட ஹார்பர் சாலை, கல்கத்தா 700 053.

172, மும்பை மராத்தி கிரந்த சங்கிரகாலய சாலை
தாதர், மும்பை 400 014.

விலை: ரூபாய் **50/-**

கணினி அச்சு: ராமசுப்ரமணிய ராஜா எம்.என். சென்னை −35.
செல்பேசி: 97102 33021

அச்சு: எம்.கே.எண்டர்பிரைசஸ், சென்னை.

உள்ளுறை

	முன்னுரை	7
1.	பாவாணர்க்கு நூற்றாண்டு விழா	9
2.	ஒரு மதிப்பீடு	11
3.	பிறவி நோக்கு	13
4.	பிறப்பும் கல்வியும்	16
5.	பல நிலைப் பணிகள்	20
6.	மனைவி மக்கள்	37
7.	ஓய்விலா ஓய்வு	42
8.	உலகத் தமிழ்க் கழகம்	45
9.	நூல் வெளியீட்டுதவி	52
10.	தேடிவரும் திருவுக்கு மூலம்	54
11.	அகர முதலித் திட்டம்	57
12.	விழாவும் விருதும்	62
13.	அறிவிப்பும் அறைகூவலும் - சில	65
14.	பாவாணர் சால்பு	71
15.	பாவாணர் உள்ளம்	75
16.	பாவாணர் வாழ்வில்	83
17.	பெரும்பிரிவும் பேரிரங்கலும்.	87
18.	நினைவகங்களும் நிலைபேறும்	90
19.	பாவாணர் பொன்மொழிகள்	94
20.	பாவாணர் ஒளிவீச்சு	97
21.	கால அடைவில் பாவாணர் நூல்கள்	99

முன்னுரை

"கொடிது கொடிது வறுமை கொடிது
அதனினும் கொடிது இளமையில் வறுமை"

என்பது ஔவையார் மொழி.

இளமையில் வறுமை மட்டுமன்றித் தம் பெற்றோரையும் இளமையிலேயே இழந்தவர் பாவாணர். எனினும் இவ்வில்லாமைகளால் அவரை ஒன்றும் செய்துவிட முடியவில்லை. வீறுமிக்க வெற்றியாளராகவே காலமெல்லாம் திகழ்ந்தார். பன்மொழிப் புலமையர் பாவாணர்; பன்முக அறிவுப் பார்வையில் திகழ்ந்தவர்; ஐம்பான் நூல்களை அருமையாய் ஆக்கிப் படைத்தவர். சொல்லாய்வில் ஒப்பாரும் மிக்காரும் இல்லாத அளவில் திகழ்ந்தவர்; தாமே இயக்கமாகத் திகழ்ந்து உலகத் தமிழ்க் கழகம் என்னும் இயக்கத்தையும் உருவாக்கியவர். தம் காலத்தும் தம் காலத்துக்குப் பின்னும் சொல்லாய்வு அறிஞர்கள் உருவாகி வழி வழி சிறக்க வழி காட்டியவர். தமிழின் விடுதலைக்காகவும் வளர்ச்சிக்காகவும் பட்ட பாடுகளும், தொட்டுத் துலக்கிய துறைவகைகளும் எம்மொழியாளரும் கொள்ளத்தக்க பொதுமை நலம் கனிந்தவை. பாவாணரைப் போலும் பன்மொழிப் காதலரைக் காணல் அரிது. பன்மொழிக் காதலர் எனினும் தம்மொழிப் பற்றில் தாழார் என்பதை நிலை நாட்டியவர் அவர்.

அவர் வளமான மொழியியற் சிந்தனையாளர் மட்டுமல்லர். பன்முகச் சிந்தனையாளர்; மாந்த நேயச் சிந்தனையாளர்; உலக அரசு உருவாதலே உலகுய்ய வழி எனத் தேர்ந்தவர்.

பாவாணரை இந்தியச் சிந்தனையாளர் வரிசையில் வெளிப்படுத்த எண்ணிய சாகித்திய அகாதெமிக்குத் தமிழுலகம் நன்றி செலுத்தக் கடமைப் பட்டுள்ளது.

இளமைப் பருவம் தொட்டே பாவாணரை அறியவும், அவர் நூல்களைக் கற்கவும், அவர் அன்புக்குரியவனாக வாழவும், அவர்மேல் மாறாப்பற்றுமையோடு அவர் நூல்களைத் தொகுக்கவும், அவர் பெயரால்

ஆராய்ச்சி நூலகம் அமைக்கவும், அவர் வரைந்த கடிதங்கள், பாடல்கள், வாழ்வியல் செய்திகள் தொகுக்கவும், பத்துக்குமேற்பட்ட நூல்களை அவர்க்கு எழுதவும் பன்னூறு கூட்டங்களில் அவரைப் பற்றிப் பொழியவும் வாய்ந்த யான், அவர் வரலாற்றைச் சாகித்திய அக்காதெமிக்காக எழுத வாய்த்த இப்பேற்றைத் தலைமணியாகக் கொண்டு மகிழ்கிறேன். பாவாணர் வரலாற்று மூலங்கள் இருபான் ஆண்டுகளுக்கு மேலாகக் கிடைத்து வருகின்றன. அவற்றை உதவியவர்களுக்கெல்லாம் நெஞ்சார்ந்த நன்றியன்.

இவ்வரலாற்றுப்படியை முற்றாக அழகுறப் படி எடுத்து உதவிய தவச்சாலை அறங்காவலர் முனைவர் ப. கங்கை அவர்களுக்கு வாழ்த்தும் நன்றியும்.

இரா. இளங்குமரன்

திருவள்ளுவர் தவச் சாலை,
அல்லூர்-620101
திருச்சிராப்பள்ளி மாவட்டம்.

1
பாவாணர்க்கு நூற்றாண்டு விழா

தேவநேயப் பாவாணர் கி.பி. 1902 பெப்ருவரி 7 இல் பிறந்தார். அவர்க்கு 2001 பெப்ருவரி 7 இல் இருந்து 2002 பெப்ருவரி 6 வரை நூற்றாண்டு ஆகும். ஆனால் பாவாணர் தொடர்புடைய அமைப்புகளும் ஆர்வலர்களும் 2000 சனவரி முதலே நூற்றாண்டு விழாவுக்கு "முன் வரவு" நிகழ்த்தத் தொடங்கிவிட்டனர். அப்பணியை முதற்கண் தொடங்கியது தமிழியக்கம்.

திருச்சிராப்பள்ளியில் கிளர்ந்தது தொடக்க விழா, அது தஞ்சை முதலிய நகர்களிலும் தொடர்ந்தது. பாவாணர் நூல்கள் திங்கள் தோறும் அறிஞர்களால் ஆய்வு செய்யப்பட்டன. அவ்வாய்வுத் தொடர் கூடிக் கலையும் பரபரப்பளவில் நில்லாமல், ஆய்வுக்களமாகவே திகழ்ந்தது. பாவாணர் நூல்களைத் தேடிக் கற்கவும் கூடிக் கலந்து பேசவுமாகச் சிறந்தது. அத்தொடக்கம் பாவாணர் நூற்றாண்டு நிறைவு பெற்ற பின்னரும் தொடர்தல் தனிச் சிறப்பாகும்.

பாவாணர் நூற்றாண்டு தொடங்கியதும் எவர் தூண்டுதலும் வேண்டுதலும் இல்லாமல் தமிழமைப்புகள் விழாக்களை எடுத்தன. கிழமை இதழ்கள், மாதிகை இதழ்கள் பாவாணர் பற்றிய கட்டுரைகளையும் பாடல்களையும் வெளியிட்டன. நாளிதழ்களும் விழாச் செய்திகளைப் பரப்புதலில் பங்கு கொண்டன. பத்துக்கு மேற்பட்ட மாதிகைகள் நூற்றாண்டு முழுவதும் பாவாணர் புகழ் இசைத்தன. படைப்புத்திறம் வாய்ந்தோர் உரையாலும் பாட்டாலும் பாவாணர் திறம் விளக்கும் நூல்களை வெளியிட்டு விழாக்களும் நிகழ்த்தினர்.

தமிழ்நாட்டு அரசு, முன்னரே பாவாணர் நூல்களை நாட்டுடை ஆக்கிய நற்பேறு வாய்த்ததால் பல்வேறு பதிப்பகங்கள் சிலவும் பலவுமாய்ப் பாவாணர் நூல்களை வெளியிட்டன. 'தமிழ்மண் பதிப்பகம்' என்னும் பெயரிய பதிப்பகம் பாவாணர் நூல்களையெல்லாம் மொத்தமாக வெளியிடும் முன்வெளியிட்டுத் திட்டம் வகுத்துச் சிறப்பாகச் செயல்பட்டது. அத்திட்டம் பாவாணர் படைப்பு வளம் அனைத்தும் பற்றாளர் வீட்டுவளமாக உதவியது. வெளிநாட்டு அமைப்புகளும் ஆர்வலர்களும் இத்திட்டத்தில் பங்களிப்புச் செய்து பயனுற்றனர்.

இந்நிலையில் தமிழ் நாட்டு அரசு பாவாணர் நூற்றாண்டு விழாவைத் தான் எடுத்ததுடன் தமிழ்நாட்டில் அமைந்த பல்கலைக் கழகங்கள், கல்லூரிகள், மேனிலைப்பள்ளிகள், உயர்நிலைப்பள்ளிகள் எல்லாமும் பாவாணர் விழா எடுத்து அரசுக்கு அறிவிக்க ஆணையிட்டது. அதனால், ஆயிரக்கணக்கில் பாவாணர் விழா நாடளாவிய அளவில் எடுக்கப்பட்டது.

மேலும், பாவாணர் நூல்கள் எல்லாமும் தமிழ்நாட்டு அரசு சார்ந்த நூலகங்களில் இடம் பெறுதல் வேண்டும் என்னும் நோக்கில் நூலக ஆணைக்குழுவின் ஆணைவழியே இடம் பெறச் செய்தது. பாவாணர் நூற்றாண்டு விழாக் கொண்ட "பயன் மழை" போல்வதாயிற்று.

இனித், தமிழர் வாழும் வெளிமாநிலங்கள், வெளிநாடுகள், ஆகியவற்றின் நூற்றாண்டு விழாக்களும் மலர் வெளியீடு, நூல்வெளியீடு என்பனவும் சிறப்பாக நடைபெற்றன; நடைபெற்றும் வருகின்றன.

பாவாணர்க்கு இச்சிறப்புகள் வாய்த்ததன் அடிப்படை என்ன?

பாவாணர் மொழிப் பேறறிஞர் என்னும் நிலையில் மட்டும் அமைந்தார் அல்லர். தமிழ்ப்பற்றாளர்- உணர்வாளர்- உள்ளங்களிலெல்லாம் தமிழ் வாழ்வாகவும், தமிழின வாழ்வாகவும், மொழிஇன மீட்பராகவும் விளங்கினார் என்பதும், அவர் ஓர் ஆளாக இல்லாமல் மக்கள் இயக்கமாக இருந்தார் என்பதும் அடிப்படையாம். நூற்றாண்டு விழாச்சிறப்பின் 'ஊற்றுக்கண்' இஃதேயாம்.

2

ஒருமதிப்பீடு

பாவாணர் பாவலர், நற்றமிழ் நாவலர்; இலக்கியச் செல்வர்; இலக்கண வித்தகர்; உரைவேந்தர்; கட்டுரை வன்மையர்; நகைச்சுவை மிளிர உரையாடும் நயத்தர்; நினைவின் ஏந்தல்; நுண்மாண் நுழைபுல எழிலர்; நுணங்கிய கேள்வியர்; நுண்ணிய அறிவுக்கு, வணங்கிய வாயினர்; உண்மைத் தொண்டை உரையாலும் பாட்டாலும் உள்ளார்ந்த உவகை ஊற்றெடுக்கப்பாராட்டும் ஒள்ளியர்; தக்காரை ஊக்கித் தகவு ணர்ந்து மதிக்கும் தண்ணியர்; அருந்தமிழ் இலக்கணத்திணையிலாக் குரிசில் இவரே'' என்ன இலங்கிய பெற்றியர்!

''தமிழர் தொன்மையை உலகிற்கு அறிவித்தவர் கால்டுவெல் பெருமகனார்! தனித்தமிழுக்கு வித்திட்டவர் பரிதிமாற்கலைஞர். செடியாகத் தழைக்கச் செய்தவர் நிறைதமிழ் மலையாம் மறை மலையடிகள்! நானோ அதனை மரமாக வளர்த்து வருகிறேன்'' எனத் தம் கூர்த்த பணியின் சீர்த்த நிலையை நுண்ணிதின் உணர்ந்து செம்மாந்து கூறிய செந்நாவலர் பாவாணர். சொற்பிறப்பியற் பணிக்கென்றே தம்மை இறைவன் படைத்தனன்'' என உளங்கூர்ந்துரைத்து, அப்பணிக்கே தம்மை முழுதுற ஒப்படைத்து உழைத்த உரவோர். (செந்தமிழ்ச் செல்வி, சிலம்பு: 55; பரல் 6; பக். 245–6,1981 பெப்ரவரி.)

நிறைமலையாம் மறைமலையாரைப் ''பனிமலைக் கொடுமுடியின் உயரம்; நீல ஆற்றின்நீளம்; அமைதியவாரியின் ஆழம்.ஆகியவை ஒருங்கே அமைந்தவர்'' என்பார் பாவாணர்! அம்மதிப்பீடு பாவாணர்க்கும் மிகத் தகும்.

1949 இல் தவத்திரு மறைமலையடிகளார் பாவாணர்க்கு ஒரு சான்றிதழ் வழங்கினார். அச்சான்று பாவாணரைப்பற்றிய ஒரு நல்ல மதிப்பீடு ஆகும். அது வருமாறு:–

''பண்டித ஞா. தேவநேயனார் பி.ஓ. எல். பொதுவாக மொழிநூல் ஆய்வு முறைகளைப் பின்பற்றித் தமிழ்ச்சொல் ஆராய்ச்சி பற்றி எழுதிய நூல்கள் தமிழ் மொழிக்கு நீண்ட காலத் தேவையினை நிறைவு செய்தன. எம்முடைய இளந்தைக் காலத்திலே தலைமைக் கண்காணியார் தவத்திரு திரஞ்சு (Trench) எழுதிய ''சொல்லாராய்ச்சி'' பேராசிரியர் மாக்கசுமூலர் எழுதிய மொழியறிவியல். பேராசிரியர் சாய்சு எழுதிய ஒப்பியல் மொழிநூல்

முதலிய ஆங்கில நூல்களை யாமே பெருவிருப்புடன் படித்துக் கொண்டிருக்கும்போது அந்தமுறையில் தமிழ்ச்சொற்களை ஆராய வேண்டும் என்று விரும்பினேம். தமிழ்ப் பேரறிஞர்கட்குப் புலப்படாமல் மறைந்து கிடந்த விரிவாகவும் வியப்பாகவும் உள்ள தமிழ் மொழியறிவுப் பரப்புப் பண்டாரகர் கால்டுவெல் எழுதிய திராவிட மொழிகளின் ஒப்பியல் ஆய்வு நூலால் புலப்படலாயிற்று. எனினும் பண்டாரகர் கால்டுவெல் அறியப்படாத வட்டாரத்தில் செய்ததொரு முயற்சியாதலால் தமிழ்ச் சொற்களையெல்லாம் விடாமல் நிறைவாக எடுத்தாராய்ந்துள்ளார் என்று எதிர்பார்ப்பதற்கில்லை. இதுவே மொழியியலை ஆராய வேண்டுமென்று எம்மைத் தூண்டியது.

எனவே ஞானசாகரம் (அறிவுக்கடல்) என்னும் எம்முடைய இதழின் முதல் தொகுதியில் அத்துறையில் ஒன்றிரண்டு கட்டுரைகளை எழுதி வெளியிட்டோம். ஆனால், அப்போது சமயம், மெய்ப்பொருளியல், இலக்கிய வரலாறு ஆகிய துறைகளில் எம்முடைய முழுக்கவனத்தையும் செலுத்த வேண்டி ஏற்பட்டமையால் மொழியாராய்ச்சித் துறையில் தொடர்ந்து ஈடுபடக் கூடவில்லை. ஆயினும் தகுதியுடைய அறிஞர் யாராவது இத்துறையில் ஆராய்வதற்கு முன் வரக் கூடுமா என்று எதிர்பார்த்துக் கொண்டிருந்தோம். அப்போது யாழ்ப்பாணம் திருத்தந்தை ஞானப்பிரகாசர் தாம் எழுதிய மொழியியல் ஆராய்ச்சி நூலை எமக்கு அனுப்பி வைத்தார். அது ஓரளவு மனநிறைவு அளித்தது. எனினும் மொழியியல் ஆராய்ச்சித் துறை மிகவும் விரிவும் ஆழமுடையதாதலால் பழந்தமிழ் இலக்கியங்களைக் கற்று அவற்றைக் கொண்டு நன்கு புரிந்து கொள்ளும் வகையில் மேலும் மொழியியல் ஆராய்ச்சி நூல்கள் வெளிவருதல் வேண்டுமென்று கருதினேம். அந்த நேரத்தில் திரு. தேவநேயனார் யாம் எதிர்பார்த்ததை ஏறத்தாழ முற்றும் நிறைவேற்றியது கண்டு பெரு மகிழ்வுற்றேம். அத் துறையில் அவர் மிகவும் உழைப்பெடுத்து ஆராய்ந்து எழுதியிருப்பவற்றைத் தமிழ் அறிஞர்கள் நன்றாக நம்பலாம்.

சொல்லாராய்ச்சித் துறையில் திரு. தேவநேயனார் ஒப்பற்ற தனித் திறமையுடையவர் என்றும், அவருக்கு ஒப்பாக இருப்பவர் அருமையாகும் என்றும் யாம் உண்மையாகவே கருதுகின்றோம்." (செந்தமிழ்ச் செல்வி 44: 172–74)

ஒப்பியன் மொழிநூல், சொல்லாராய்ச்சிக் கட்டுரைகள் முதலிய சில நூல்கள் எழுதிய அளவில் வழங்கப்பட்டது சான்றிதழ். இந்நூல்களினும் நான்மடங்கு விரிந்த நூல்களை– சொல்லாய்வே முழுதுற அமைந்த வேர்ச்சொல் கட்டுரை முதலாம் நூல்களைப் பின்னர்ப் பாவாணர் இயற்றினார். செந்தமிழ்ச் சொற்பிறப்பியல் அகர முதலித் திட்டமும் மேற்கொண்டார். ஆதலால் இம்மதிப்பீடு மேலும் மேலும் பொலிவும் வலிவும் மிக்கே வந்தன என்க.

3

பிறவி நோக்கு

பிறவிக்கு நோக்கு உண்டு; அதிலும் மாந்தர் பிறவிக்குத் தனிச் சிறப்பான நோக்குண்டு. பிறவிக்கு நோக்குண்டு என்று அறிவார் அரியர். அறியினும் தம்பிறவி நோக்கைப் பிறர்க்கு உரைப்பார் அவரினும் அரியர்; அவருள்ளும், அப்பிறவி நோக்கை நிறைவேற்றுவார் அரியருள் அரியர்; அத்தகைய அரியருள் அரியர் பாவாணர்.

தம் பிறவிக்கு நோக்குண்டு என்பதை எத்துணைப் பேர் அறிந்தனர்? அறிந்து கடனாற்றினர்?

"வெந்ததைத் தின்று விதிவந்தால் போதல்" என்பார் நோக்கு எவ்வளவு சுருங்கிவிட்டது! அவ்வாறு சுருங்குவதா நோக்கு? 'விரிய விரிய விரியும் சங்கப் பலகை' யன்றோ நோக்கு! அறிதோறும் அறியாமை கண்டு, விரிதோறும் விரிவு விஞ்சிப் பெருகுவதன்றோ நோக்கு. எழு கதிர் ஞாயிறென விரிவுறும் நோக்கு, சுரிபுழுவாய்– சுருட்டையாய்– அமைந்து கெடுமோ,

பாவாணர், பிறவி நோக்கை அறிந்து செயலாற்றியதை விளக்கும் சான்றுகள் ஒன்றா இரண்டா, அவர்தம் வாழ்வின் வண்ணமும், வாக்கின் வண்ணமும், படைப்பின் வண்ணமும் எல்லாம் எல்லாம் அவர்தம் பிறவி நோக்கைப் பறையறையும் தொய்விலா முழக்கங்கள். அவர் தம் பிறவி நோக்கை அறிந்தார்– பிறரறியவும் வெளிப்பட அறிவித்தார்– என்பவற்றுக்குச் சான்றுகளும்தாம் எத்துணை,

"வடமொழியினின்று தமிழை மீட்பதென் வாழ்க்கைக் குறிக்கோள்". (திரு.வ.க 31.7.71)

"தமிழை வட மொழியினின்று மீட்க வேண்டும் என்னும் குறிக்கோள் கொண்டே நான் கற்றாய்ந்தவன். இதற்கு மிகுந்த நெஞ்சுரமும் தற்சார்பு மனப்பான்மையும் வேண்டும். இவை பிறர்க்கு இல்லை." (திரு.வி.க 15.8.71)

"தமிழ் திரவிடத்திற்குத் தாயும் ஆரியத்திற்கு மூலமும் என்னும் உண்மையை உலகமறிய மேலையறிஞர் ஒப்ப நாட்டவே இறைவன் என்னைப் படைத்திருக்கின்றான்." (திரு.வ.சு. 17–8–71).

அவர் எழுதிய மடல்களுள் கிடைத்த செய்திகள் இவை. பாவாணர் தம் பிறவி நோக்கை உணர்ந்து வெளிப்படுத்தியவர் என்பதற்கு இவை போதுமல்லவோ!

காலையில் ஒரு கொள்கை; கடும்பகலில் ஒரு கொள்கை; மாலையில் ஒரு கொள்கை; மறுநாளிலும் இப்படியே– உடை மாற்றுவது போல் நடைமாற்றித் திரியும் கொள்கைமாறிகளை அல்லது குறிக்கோள் மாறிகளைக் காண்கிறோமே!

பாவாணர் தம் புரிவு தெரிந்த நாளில் கொண்ட கொள்கையை இறுதிநாள் வரை 'நிலையில் அசையா மலை' போல் நிலை நாட்டினார் என்பதை அறிந்து தலை வணங்குகிறோம்.

1931 இல் "மொழியாராய்ச்சி ஒப்பியன் மொழி நூல்" என்னும் பாவாணர் கட்டுரை செந்தமிழ்ச் செல்வியில் வெளியாகியது. 1981 இல் நிகழ்ந்த ஐந்தாம் உலகத் தமிழ் மாநாட்டு விழா மேடையிலே, "மாந்தன் தோற்றமும் தமிழர் மரபும்" பற்றிய ஆய்வுப் பொழிவின் நிறைவிலே தம் நெஞ்சாங்குலை வெடிப்புற்று "என் பிறவி நோக்கு ஈதே" என்பார் போலப் பேரா இயற்கையுற்றார் பாவாணர்.

பாவாணர் தம் பிறவி நோக்காகக் கூறியவற்றை நிறைவேற்றினாரா, நிறைவேற்றாதொழிந்தனரா? அவர் படைப்பை முற்றாக அறிந்தார்க்கு விளக்கம் வேண்டுவதில்லை. நிறைவேற்றினார் என்பது குறைவற விளங்கும்.

1. மாந்தன் பிறந்தகம் மறைந்த குமரிக்கண்டமே.
2. அவன் பேசிய மொழி தமிழே.
3. தமிழே உலக முதன்மொழி.
4. தமிழே திரவிடத்திற்குத் தாய்.
5. தமிழே ஆரியத்திற்கு மூலம்.

இக்கொள்கைகளை நிலைநாட்டுவதையே தம் வாழ்வுக்குறிக் கோளாகக் கண்டவரும் கொண்டவரும் பாவாணர். இவற்றுள் முதல் இரண்டும் பல நூல்களின் முகவுரைகளில் அவரால் எழுதிக் காட்டப் பட்டன. தமிழ் இலக்கிய வரலாற்று முன்னுரை குமரிக்கண்ட ஆய்வாகவே விளங்குகிறது.

மூன்றாம் கொள்கையை நிலைநாட்ட முதல் தாய்மொழி, ஒப்பியன் மொழிநூல் என்பவையும் The Primary Classical Language of the world, என்னும் நூலும் கிளர்ந்தன.

நான்காம் கொள்கையை நிலைநாட்டுவது திரவிடத்தாய் என்னும் நூல், ஐந்தாம் கொள்கையை நிலைநாட்ட எழுதப்பட்ட நூல் வடமொழி வரலாறு.

இக்கொள்கைகளை ஏற்றுக் கொண்டவர் அவையமே 'உலகத் தமிழ்க் கழக' மாகத் தோன்றியது; ஊன்றியது; கிளைவிரித்துப் படர்ந்தது இனி, பாவாணர் வரலாற்றைத் தொடர்வோம்.

4
பிறப்பும் கல்வியும்

பத்தொன்பதாம் நூற்றாண்டின் நடுப்பகுதியில் கோயில்பட்டிக்கும் சங்கரன் கோயிலுக்கும் இடையில் நோக்கசு (Stokes) என்ற மேனாட்டுக் கிறித்தவர்குரவர் தொண்டாற்றியிருக்கிறார்.

அவர் இருந்தது வாகைக்குளம் என அறிய வருகின்றது. பின்னர் அவர் கோயில்பட்டியிலும் தங்கியுள்ளார். அவர்தம் வளமனைக் காவலராக இருந்தவர் முத்துசாமி என்பார்; அவர்தம் மனைவியார் வள்ளியம்மாள் என்பார்.

முத்துசாமி சங்கரன் கோயிலில் இருந்து நெல்லைக்குச் செல்லும் சாலையில் உள்ள பனைவடலி என்னும் ஊரினர்; அவ்வூரிலும் அடுத்தடுத்துள்ள தேவர் குளம், குருக்கள் பட்டி என்னும் ஊர்களிலும் உறவு உடையவர். அவர் தோக்கசின் வளமனைக் காவலராகிய பின்னர், அவரையும் அவர் மனைவியையும் கிறித்தவராக்கியிருக்கிறார், தோக்கசு. உறவினர்கள் தம் சமயத்திலேயே அழுந்தி நின்றமையால் தொடர்பு சுருங்கலாயிற்று.

முத்துசாமி – வள்ளியம்மாள் இல்வாழ்வின் பயனாக ஓர் ஆண் குழந்தை பிறந்தது. அக்குழந்தை பிறந்த சின்னாளிலே தந்தையும் தாயும் அடுத்தடுத்து இறந்து விட்டனர். பெருங்குணம் வாய்ந்த தோக்கசு, அக்குழந்தைக்குத் தந்தை பெயருடன் வளர்ப்புத் தந்தையாம் தம் பெயரையும் இணைத்து ஞானமுத்து தோக்கசு எனப் பெயரிட்டு வளர்த்தார். உரிய பருவத்தில் பள்ளியில் சேர்ப்பித்துப் படிக்கவும் வைத்தார்.

ஞானமுத்து தோக்கசு கல்வியில் கருத்துடையவராக இருந்தமையால், இளவயதிலேயே ஆசிரியத் தகுதி பெற்றார். சங்கரன் கோயில் இருந்த தொடக்கப் பள்ளி ஒன்றில் ஆசிரியராக அமர்ந்தார். அப்பள்ளிக்குப் பக்கத்தில் இருந்த களப்பாளங்குளம். பெருங்கோட்டூர் முதலிய இடங்களில் இருந்து வந்தும் பிள்ளைகள் அவரிடம் பயின்றனர்.

ஆசிரியப் பணியில் சிறந்த ஞானமுத்தருக்கு அவர் உறவிலே யிருந்த சொக்கம்மாள் என்னும் பெண்ணைத் திருமணம் செய்விக்கத்

தோக்கசு ஏற்பாடு செய்தார். அதனால், அச்சொக்கம்மாளை மரியாள் எனப் பெயர் சூட்டிக் கிறித்தவராக்கி மணவினை நடத்துவித்தார். ஆனால், அவ்வம்மையாரின் உறவினர் ஈழத்தில் இருந்தமையால் கூடிவாழ விருப்பமின்றிப் பிரிந்து ஈழஞ் சென்றுவிட்டார்.

தாம் செய்து வைத்த திருமணம் இத்தகு இடர்க்கு ஆளாகியமை அறிந்த தோக்கசு, கோயில்பட்டிக்கு அருகில் உள்ள பாண்டவர் மங்கலத்தில் ஓதுவாராக (உபதேசியாராக) இருந்த குருபாரம் என்பாரின் திருமகளார் பரிபூரணம் என்பாரை ஞானமுத்தருக்கு மீண்டும் மணம் முடித்து வைத்தார்.

பரிபூரணம் பாளையங்கோட்டையில் உள்ள சேராடக்கர் கல்லூரியில் மூன்றாம் தரம் (III grade) படித்துத் தேறியவர். சமயப் பற்றில் ஆழ்ந்தவர்; குடும்பப் பாங்கில் சிறந்து விளங்கியவர்; கணவரொடு கருத்தொருமித்து வாழ்ந்தவர்; ஆசிரியப்பணி செய்தவர்.

ஞானமுத்தர் பரிபூரணத்தம்மையார் இல்வாழ்வில் மக்கள் பதின்மர் பிறந்தனர். மகளிர் அறுவர்; ஆடவர் நால்வர்; அவருள் பத்தாம் மகவாகவும் நாலாம் மகனாகவும் பிறந்தவரே நம் தேவநேயன்!

தேவநேயன் (பாவாணர்) பிறப்பு, கல்வி, பணிபற்றிய வாழ்க்கை வரலாற்றுச் செய்திகள் விரிவாகவும் சுருக்கமாகவும் எண்ணிக்கையால் நான்கு கிடைக்கின்றன. அவற்றுள், பிறந்த கிழமை, நேரம் முதலிய வற்றோடு நாளும் பிறவும் தெளிவாக வரைந்துள்ளார்.

"தேவநேயன், தோக்கசு (Stokes) என்னும் துரைமகனாரால் எடுத்து வளர்க்கப் பெற்ற தோக்கசு ஞானமுத்தனார் என்னும் கணக்காயனார்க்கும் அவருடைய இரண்டாம் மனைவியாகிய பரிபூரணம் என்னும் கணக்காய்ச்சியார்க்கும் 1902ஆம் ஆண்டு பெப்ரவரி மீ 7 ஆம் பக்கல் வெள்ளிக்கிழமை மாலை 6 மணிக்கு, பத்தாம் பிள்ளையாகவும் நான்காம் மகனாகவும் பிறந்ததாக, நெல்லை மாவட்டத்தைச் சேர்ந்த சங்கர நயினார் கோவிலிற் பதிவு செய்யப்பட்டுள்ளது; என்பது 1970இல், 'வாழும் புலவர்கள் வரலாற்றுக் குறிப்பு" களைச் சைவ சித்தாந்த நூற்பதிப்புக் கழகம் தொகுத்தபோது, அதற்குப் பாவாணர் எழுதிய "என் வாழ்க்கை வரலாற்றுச் சுருக்கம்" என்பதன் தலைப்பத்தியாகும்.

தேவநேயன் பிறந்து ஐந்து அகவையராய் இருந்தபோது 1906இல் - அவர் தந்தையார் இயற்கை எய்தினார்; பின்னர் அன்னையாரும் இயற்கை எய்தினார்; பெரிய குடும்பம்; குடும்பத்தின் கடைக்குட்டி தேவநேயன்; ஆதலால், தக்கார் ஒருவர் பொறுப்பில் இருக்கத்தக்கவராக அவர் இருந்தார்.

வடார்க்காடு மாவட்டம் ஆம்பூரில் தேவநேயனின் மூத்த அக்கையார் இருந்தார். அவர் தேவநேயனைத் தம்மொடு வைத்துக் கொண்டு பேணினார். ஆங்கிருக்கும் மிசௌரி நல்லஞ்சல் உலுத்தரின் விடையூழிய (M. E. L. M) நடுநிலைப் பள்ளியில் சேர்ந்தார்.

ஆம்பூரில் எட்டாம் வகுப்புவரை கற்றுத் தேர்ச்சியுற்ற தேவநேயன் மேற்கல்வியை விரும்பினார். ஆங்கு அவ்வாய்ப்பு இன்மையால், தாம் பிறந்த நெல்லை மாவட்டத்தைச் சேர்ந்த பாளையங்கோட்டையில் பயில விரும்பினார். தம்பியார் கல்விக்கு உதவும் மனம் இருந்தாலும், அக்கையார் குடும்பப் பொருள் நிலை இடந்தருமாறு இல்லை. அவ்விடரைத் தீர்க்கத் திருவருளால் வாய்த்தார் 'யங்' (Young) என்னும் பெருமகனார்! துரை மகனார்.

'யங்' என்பார் முகவை மாவட்டத்துச் சோழபுரத்தையடுத்த முறம்பு என்னும் சீயோன் மலையில் (திருவில்லிப்புத்தூர் - சங்கரன் கோயில் நெடுஞ்சாலையில் ஏறத்தாழ நடுவு நிறுத்த நிலையமாக உள்ளது முறம்பு). விடையூழியராக இருந்தவர். ஆங்கோர் உயர்தரப் பள்ளியை உருவாக்கித் தாளாளராகவும் இருந்தவர். திக்கற்றோர்க்கு இலவய உண்டுறை விடுதியும், வாய்ப்புடையவர்க்கு எளிய கட்டணத்தொடு கூடிய உண்டுறை விடுதியும் நடத்தியவர். அவர் தேவநேயன் கல்வித் தேவையை உணர்ந்து கடனுதவி புரிந்தார்.

தேவநேயன், பாளையங்கோட்டைத் திருச்சபை விடையூழியக் கழக (CMS) உயர்நிலைப்பள்ளியில் 9, 10, 11 ஆகிய வகுப்புகள் (அந்நாளில் 4, 5, 6, ஆம் படிவங்கள்) பயின்று நற்றேர்ச்சி பெற்றார். பயிலும் காலத்திலே அவர் காட்டிய தேர்ச்சியும் எடுத்துக்கொண்ட கல்வித் துறைகளும் ஏற்றுக் கொண்ட கடைப்பிடிப்புகளும் அவராலேயே எழுதப்பட்டுள்ளன.:

"4-ஆம் படிவத்தில் பூதநூல், உடல்நூல், நிலைத்திணை நூல் (Botany) தொகுதியையும் 5-ஆம் படிவத்தில் சுருக்கெழுத்து, தட்டச்சு, கணக்கு வைப்பு (Book-Keeping) த் தொகுதியையும் 6-ஆம் படிவத்தில் வரலாறு தமிழ்த்தொகுதியையும் சிறப்புப் பாடமாக எடுத்துப் படித்தேன். அன்று ஆங்கிலப் பற்றாளனாகவும் பேச்சாளனாகவும் மாணவர் (ஆங்கில) இலக்கியமன்றச் செயலாளனாகவும் இருந்ததனால் ஆங்கில இலக்கியத்தைக் கரை காணவும் ஆக்சுப்போர்டு (Oxford) என்னும் எருதந்துறையிற் பணிகொள்ளவும் விரும்பினேன்" (என்தமிழ்த் தொண்டு இயன்றது எங்ஙனம்? - செந். செல். 44:217) என்பது அது.

'யங்' துரைமகனாரிடம் கடன் பெற்றுக்கொண்டுதானே பாவாணர் பாளையங்கோட்டையில் மேல் வகுப்புக் கல்வி பெற்றார். அத்துரைமகனார் பொறுப்பில் சீயோன் மலையில் ஓர் உயர் தரப்பள்ளி நடைபெற்று வருதலை

அறிந்தோம் அல்லமோ! அப்பள்ளியிலேயே ஆறாம் வகுப்பு ஆசிரியராக அமர்ந்தார் தேவநேயன்! ஏன்? தாம் யாங்துரைமகனாரிடம் பட்ட கடனைப் பணிக் கொடையால் தீர்ப்பதற்காக! அவர் முதற்கண் பணியாற்றிய நிறுவனம் அச்சீயோன்மலை உயர்தரப்பள்ளியேயாம்.

5

பல நிலைப் பணிகள்

அ.அரும்பு:

சீயோன் மலையில் உள்ள உயர்தரப்பள்ளியில் தேவநேயர் முதற்படிவ ஆசிரியராக அமர்ந்து ஈராண்டு பணியாற்றியமையைக் குறித்துள்ளார். அதன்பின், தாம் முன்பு பயின்ற ஆம்பூர் உயர்தரப் பள்ளியிலேயே ஆசிரியப்பணி மேற்கொண்டதையும் அவர் குறித்துள்ளார்.

சீயோன்மலையை விடுத்துத் தேவநேயர் ஆம்பூர்க்குச் செல்லுங்கால் (1921) அஃது உயர்தரப் பள்ளியாகவே இருந்திருக்கிறது. அங்கே தமிழ் கற்பிக்கும் ஆசிரியராக அமர்த்தப்பட்டிருக்கிறார். ஆம்பூர்ப் பள்ளி 1922இல் உயர்நிலைப்பள்ளியாக உயரத் தேவநேயரும் உயர்நிலைப்பள்ளி உதவித் தமிழாசிரியராக உயர்த்தப்பட்டிருக்கிறார்.

அந்நாளில், 'இவர் தமிழ் கற்பிக்கத் தக்கார்' என ஒருவர்க்கு நாடறிந்த புகழ்வாய்ந்த புலவர் ஒருவர் சான்று வழங்கினால், அதனைக் கொண்டே தமிழாசிரியப்பணியில் அமர்த்தும் வழக்கம் இருந்தது. கல்லூரிகளிலும், பல்கலைக்கழகங்களிலும் கூட அந்த நடைமுறையே இருந்தது. ஆதலால், தேவநேயனுக்குப் பண்டிதர் மாசிலாமணி என்பவர் (நண்பர் மாசிலாமணி என்றும் பாவாணர் அவரைச் சுட்டுவதால் (11-11-37) இருவர் நெருக்கமும் இனிதின் விளங்கும்) ஒரு தகுதிச்சான்றிதழ் வழங்கினார்.

அதில் தேவநேயனைத், "தேவநேசக் கவிவாணன்" எனக் குறிப்பிட்டிருந்தார். அப்பெயராலேயே ஆசிரியப்பதிவும் பெற்றார். பண்டிதர் மாசிலாமணியார் பாளையங்கோட்டை சி.எம்.எசு. பள்ளித் தமிழாசிரியராக இருந்தவர். பாவாணர் தம் பின் வாழ்விலும் தொடர்பினராக இருந்தவர் என்பது அறிய வருகின்றது.

மாசிலாமணியார் வழங்கிய தகுதிச்சான்று கொண்டு தமிழாசிரியரான பாவாணர் அப்பதவிக்கும், தலைமைத் தமிழாசிரியர் தகுதிக்கும் தக அந்நாளில் சிறப்பாக விளங்கி வந்த மதுரைத் தமிழ்ச்சங்கப் பண்டிதத் தேர்வில் வெல்லுதல் மிகப் பயன்படும் எனக் கருதினார்.

அதனால், பண்டிதத்தேர்வு எழுத 1924இல் விண்ணப்பித்தார். அத்தேர்வில் முதனிலை, இடைநிலை, இறுதிநிலை (பிரவேசம், பால பண்டிதம்) என முந்நிலைகள் முறையே உண்டு. எனினும், ஒருவர்தாம் இறுதிநிலைத் தேர்வு எழுதி வெற்றி பெறலாம் எனத் துணிந்தால் அத்தேர்வு மட்டுமே எழுதவும் வாய்ப்பு இருந்தது. அவ்வகையில், பாவாணர் இறுதிநிலைத் தேர்வுக்கு விண்ணப்பித்து அதனையே எழுதமுடிவு செய்தார்.

பண்டிதத்தேர்வுப் பட்டியலில் "ஞா. தேவதேயக் கவிவாணன், மிஷன் உயர்தரப் பாடசாலை, ஆம்பூர்....வடஆற்காடு ஜில்லா" என்றுள்ளது. தேர்வு 1924 ஏப்பிரல் 7, 8, 9 ஆம் நாள்களில் நடைபெற்றுள்ளது. பண்டிதத் தேர்வில் அவ்வாண்டில் கவிவாணன் ஒருவரே வெற்றிபெற்றுள்ளார். அவ்வெற்றியும் இரண்டாம் வகுப்பு. "தொடர் எண்:1 பதிவெண்:4; (செந்தமிழ்த் தொகுதி 22) என்பது அது.

தம் மனம் தமிழின்பால் அழுந்தியமையையும் தேவநேயன் சுட்டுகிறார்; (ஆறாம் படிவத்தில்) "தமிழ் கற்றதனாலும், இசைப் பாட்டும் செய்யுளும் இயற்றிவந்ததனாலும், இசைத்தமிழ்ப் பித்தன் ஆனதனாலும், நான் அறியாவாறு இறைவன் என் மனப்பாங்கை மாற்றியதனாலும் தமிழாசிரியப் பணி" மேற்கொண்டேன் என்பது அது (என் தமிழ்த் தொண்டு இயன்றது எங்ஙனம்? செந். செல்.44: 217)

ஆ.முகை:-

ஆம்பூரில் மூவாண்டுகள் பணியாற்றிய பின்னர், தேவநேயன் நாட்டம் சென்னையைச் சார்கிறது. அவர்தம் ஆய்வுக்கும், ஆர்வத் தொண்டுக்கும் ஆம்பூரினும் சென்னை ஏந்தாக அவர்க்குத் தோன்றி யிருக்கக் கூடும்.

பிரம்பூர் கலவல கண்ணனார் உயர்நிலைப்பள்ளி, திருவல்லிக் கேணி கெல்லற்று உயர்நிலைப்பள்ளி, தாம்பரம் கிறித்தவக்கல்லூரி உயர்நிலைப்பள்ளி ஆகியவற்றில் உதவித் தமிழாசிரியராகவும் தமிழாசிரிய- ராகவும் பணியாற்றியுள்ளார். இவற்றுள் கலவல கண்ணனார் உயர் நிலைப்பள்ளி வேலை கிடைத்தது "பேராயக் கட்சிப் பெருமகனும் பெயர்பெற்ற அறுவையரும் (Surgeon) பிராமணருமான காலஞ்சென்ற பண்டகர் Dr. மல்லையா" வின் பரிந்துரையினால் என்பதைப் பாவாணர் பாராட்டுகிறார். (என் அண்ணாமலை நகர் வாழ்க்கை, பக்.17). அன்றியும் இம்மல்லையா உற்றிடத்துதவுநராகவும் தேவநேயர்க்கு விளங்கினார் என்பதும் விளங்குகின்றது.

"ஒப்பியன் மொழி நூல் முதன்மடலம், திராவிடம் முதற்பாகம்" 1940இல் வெளிப்படுத்திய தேவநேயன், அவ்வரிய பெரிய நூலை

அம்மல்லையாவிற்குப் படையலாக்கி, "எனக்கு உற்றிடத் துதவிய நன்றிக் குறியாகப் படைக்கப்பட்டுள்ளது இப்புத்தகம்" என்று தம் நன்றியைப் பதித்துள்ளமையால் இது நன்கு விளங்கும்.

சென்னையில் தேவநேயனார் வாழ்ந்த காலத்தில் திருநெல்வேலி தென்னிந்திய தமிழ்ச்சங்கத் தனித் தமிழ்ப் புலவர் தேர்வுக்குப் பயின்றார். "பதிவெண் 15. ஞா. தேவநேசப்பாவாணன், தமிழாசிரியர், கிறித்தவ கலாசாலை, சென்னை" என்னும் முகவரியில் விண்ணப்பித்துள்ளார். 1926-சூன் 28 முதல் சூலை 5 வரை தேர்வுகள் நடைபெற்றுள்ளன. அவ்வாண்டு, தமிழ்ப்புலவருள் தேர்ந்தார் இவர் ஒருவரே; தேர்ச்சி பெற்ற வகுப்பு மூன்றாவது ஆகும். (செந்.செல்.4:336). இதன் பின்னர்ச் சென்னைப் பல்கலைக்கழக வித்துவான் தேர்வும் B.O.L. என்னும் கீழ்க்கலைத் தேர்வும் எழுதி வெற்றி பெற்றார் தேவநேயர். பின்னர், கெல்லற்று உயர்நிலைப் பள்ளியில் ஓராண்டும், கிறித்தவக் கல்லூரி உயர்நிலைப் பள்ளியில் மூவாண்டும் பணியாற்றி அதன்பின், மன்னார் குடிப் பின்லேக் கல்லூரி (Finlay) உயர்நிலைப் பள்ளியில் ஆறாண்டு பணி செய்துள்ளார்.

இசைத்தமிழ் ஈடுபாடும், இசைப்பா இயற்றுதலும், இசைக் கருவி இயக்குதலும் முன்னரே கொண்டிருந்த தேவநேயர்க்கு, இக்காலம் பொற்காலமாயிற்று. அம்மன்னார்குடியில் இருந்த இசைப்பெரும் புலவர் இராசகோபாலரிடம் முறையாக இசை பயின்றார் பாவாணர். பின்னே, நேசமணியம்மையார் நினைவு வெளியீடாக வெளியிட்ட இசைத் தமிழ்க் கலம்பகம் என்னும் நூலில், அவர்க்கு 'இசையாசிரிய வணக்கம்' பாடி இசைத்துள்ளார்.

மன்னார்குடியில் இருந்த நாளிலே மற்றோர் நலப்பாடும் இவர்க்கு இயல்பாக வாய்த்தது. ஆங்குக் காவல்துறையில் ஆய்வாளராகத் திகழ்ந்தவர் தொல்காப்பியப் பெரும்புலவர் சோமசுந்தரம் என்பார். "மன்னார் குடியில் காவல் நிலையத்தில் தொல்காப்பியரைக் 'காக்கி' உடையில் கண்டேன்" எனப் பொறியியல் அறிஞர் பா.வே. மாணிக்கரால் பாராட்டப்பட்டவர் இச்சோமசுந்தரர். அவர்தம் அணுக்கத் தொடர்பு. "இலக்கணத்தில் எனக்கு எல்லை இல்லாத பைத்தியம் உண்டு என்னும்" தேவநேயர்க்குப் பெருவளமாயிற்று.

இங்கிருந்த காலத்தே தான், சைவசித்தாந்த நூற்பதிப்புக் கழகத் தொடர்பும் உண்டாகிச் சிறக்கின்றது. செந்தமிழ்ச் செல்வியில் இவர்தம் முதற்கட்டுரை இக்காலத்தே தான் வெளியிடப்பட்டது. மொழியாராய்ச்சி (Comparative philology) (வித்துவான் G. தேவநேயன் அவர்கள்) எனக் கட்டுரைத் தலைப்பும் ஆசிரியர். பெயரும் அதில் அமைந்துள்ளன (செந். செல்.9:275) 1931 சூன், சூலை இதழ் இஃதாகும். இதன் முகப்பின்

நிறைவில், "எல்லா மொழிகட்குமுள்ள பெரும்பாற் சொற்களைப் பகுதிப் பொருளுடன் இயற்கை வடிவில் வழங்குவது தமிழேயென்று மொழி நூலால் (philology) விளங்குகின்றது. அவற்றுள் ஆங்கிலம் (English) கிரேக்கு (Greek) லத்தின் (Latin) என்ற மும்மொழிகளிலும் சென்று வழங்கும் தென் சொற்கள் ஆயிரக்கணக்கின என்பதை ஐந்நூற்றுக்கு மேற்பட்டவற்றால் வெள்ளிடை மலைபோல் தெள்ளிதில் காட்டுதும்" என்று கூறிச் சொற்களை அவற்றின் விளக்கத்துடன் அகரவரிசையில் காட்டியுள்ளார். அச்சொற் பட்டியில் 608 சொற்கள் உள்ளன.

1931-இல் ஏற்பட்ட இக்கழகத் தொடர்பே ஐம்பானாண்டுக் காலம் தொடர்ந்து பாவாணர் படைப்புகளுள் பலவும் தமிழுலகிற்கு வெளிப்படப் பெருந்துணையாயிற்று. மன்னார்குடியில் 6 ஆண்டுகள் தொடர்ந்து இவர் பணி செய்தமை அருமையேயாகும். அங்கிருந்து வெளியேறவே இவர் பல்கால் முயன்றார் என்பது இவர் கடிதங்களால் தெரிகின்றது. மன்னார் குடியிலிருந்து பணிசெய்து ஆறாம் ஆண்டில், தாமே வெளியேறினார்! வெளியேறிய நிலை "எத்தகைய மாமாந்தர் பாவாணர் என்பதை எண்ணச் செய்கிறது! பின்லே கல்லூரியின் வளர்ச்சி சுருங்கியது: இளங்கலை (B.A.) வகுப்பு நின்றது. பின், இடைநிலை (Intermediate) வகுப்பும் தேய்ந்தது; உயர் பள்ளி நிலைக்குச் சுருங்கியது.

கல்லூரியில் பணிசெய்த முதுவர்கள் கீழே இறங்க, இளையர்கள் வெளியேற வேண்டும் நிலை எழுந்தது. இளையருள் தலையராகச் செல்லவிருந்தவர் கோபால கிருட்டிணர் என்பார். அவர் வெளியேறின் வேலையின்றி மனைவி மக்களொடு வறுமையில் தவிப்பார் என வாடியது தேவநேயர் உள்ளம்! உருகியது!

கோபால கிருட்டிணர் குடியிருந்த வீடும் மழையால் இடிந்திருந்தது. இந்நிலையில் அவர் வெளியேற நேரின் பேரிடியாகாதா அவர்க்கென ஏங்கினார்; தாம் வெளியேறுவதாகவும், கோபாலகிருட்டிணர் அங்கேயே பணியாற்றலாம் என்றும் முந்து நின்று வெளியேறினார்!

இவரல்லரோ தேவநேயர்! தம் நிலையை எண்ணினாரா? குடும்பத்தை எண்ணினாரா? தாம் பெரிய செல்வ வளத்தில் இருந்து தம் வேலையை விட்டுத் தந்தாரா? அத்தகையரும் தருவரா? கோபாலகிருட்டிணர் பிராமணர் என்பதும், "தம் கருத்துக்களுக்கு முற்றாக உடன்பட்டவர்" என்பதும் பாவாணர் குறிப்பு.

பாவாணர் நிலை எந்நிலை? "இம்மாதம் 15-ஆம் தேதிக்குள் 10ரூ அனுப்ப முடியுமானால் அனுப்புக. கடன் கழுத்தை நெருக்குகிறது. இன்னும் 3 மாதத்திற்குள் என் 100 ரூபாக் கடனையும் தொலைப்பீர்களாயின் அதுவே எனக்குப் பேருபகாரமாக இருக்கும்" (10-7-31)

"இப்போது 20 உக்குள் தயவு செய்து 10 ரூ அனுப்பி உதவுக. பணத்திற்குப் பெரிய முடை. தாட் செலவுக்கும் தபால் செலவுக்கும் கூடப் பணமில்லை. என் கடன் தொலைந்து விட்டால் உங்களைத் தொந்தரவு செய்யமாட்டேன்" (14-2-31) என்று சைவசித்தாந்தக் கழக ஆட்சியாளர் வ. சுப்பையா பிள்ளைக்குக் கடிதம் விடுக்கும் நிலையில் இருந்து கொண்டுதான் 'பணிக்கொடை' புரிகிறார் எனின், எவரிடமும் எளிதில் எதிர்பார்க்கும் நிகழ்ச்சிதானா!

இ: மொக்கு

மன்னார்குடியில் இருந்து வெளியேறிய நேயர், திருச்சிராப்பள்ளி பிசப்பு ஈபர் உயர்நிலைப் பள்ளியில் வேலை வாய்ப்புப் பெற்றார். ஆங்கு ஒன்பது ஆண்டுகள் (1934-1943) பணியாற்றினார். மன்னார் குடியில் இசைத்தமிழ், இலக்கணம், மொழிநூற்பயிற்சி ஆகியவற்றில் பெருங் கருத்துச் செலுத்திய பாவாணரின் திருச்சிப் பணிக்காலம், பன்மொழிகள் பயிலுதற்கும், நூல்கள் எழுதுதற்கும், தமிழ்க்காவல் கடப்பாட்டில் நிலைப்படுதற்கும் உரிய ஏந்தாக அமைந்தது.

"மொழிநூற்பயிற்சி சென்ற பத்தாண்டுகளாக எனது சிறந்த பற்றாட்டாக இருந்துள்ளது; இன்னுமிருக்கும்" என்று கூறும் பாவாணர், திருச்சிக் காலத்தில்தான் ஒப்பியன் மொழிநூலை வெளியிடுகிறார். (1940). மாணவர்களுக்குப் பயன்படும் கட்டுரை நூல்களும் இலக்கண நூல்களும் வரைகின்றார். வேர்ச்சொற் சுவடி என்னும் 100 சொற்களுக்கு விளக்கம் கொண்ட சிறிய நூல் ஒன்றையும் இக்காலத்தே தான் பத்தே நாளில் எழுதுகின்றார். இந்தி கட்டாயப் பாடமாக 1937 இல் புகுத்தப்பட்டமையால், அவ்வெதிர்ப்பில் அறிவுசார் பெரும்பங்கு கொண்டார் பாவாணர்.

"நான் திருச்சிப் புத்தூர் ஈபர் மேற்காணியார் உயர்நிலைப் பள்ளியில் தலைமைத் தமிழாசிரியனாயிருந்தபோது ஒரு நாள் 6-ஆம் வடிவ வகுப்பில் இந்திச் சொற்கள் பலவற்றின் தமிழ் மூலத்தையும் கூழைத்தன்மை யையும்.... விளக்கினேன்.

விளக்கி முடிந்தவுடன் பாடம் நடத்தத் தொடங்கி 'இன்னும் எத்தனை பாட்டு நடத்த வேண்டும்' என்று மாணவரை வினவினேன். ஒருவன் 'அஞ்ச் பாட்' என்றான். உடனே எனக்கு, இந்தி தமிழ் நாட்டிற்கும் பொதுமொழியாக வந்தால் நாளடைவில் தமிழ் இந்நிலைதான் அடையும் என்னும் உணர்வு பிறந்தது. நான் சொன்ன இந்திச் சொற்களின் கூழை வடிவம் அம்மாணவன் உள்ளத்தில் ஆழப்பதிந்ததால் அவ்வச்சிலேயே அவனை அறியாது எழுந்த சொற்கள் 'அஞ்ச் பாட்' என்பன. அவன் குறும்புத் தனமாகக் கூறியனவல்ல. அவன் குறும்பனுமல்லன்" (இந்தியால் தமிழ் எவ்வாறு கெடும்? 19-20) என்று தம் வகுப்பில் நிகழ்ந்த நிகழ்ச்சியைச்

சுட்டுகிறார் பாவாணர். கட்டாய இந்திக் கல்விக் கண்டனம்- செந்தமிழ்க் காஞ்சி, என்னும் நூல், காந்தியடிகளின் அட்டைப் படத்துடன் திருச்சிக் காலத்தில்தான் (1937) வெளிவந்தது. அதில் பாவாணர் பெயர், "தேசாபிமானத் தண்டமிழ்த் தொண்டன்" எனப் புனைவு பெற்றுள்ளது.

திருச்சியில் பணிசெய்த நாளில் சைவசித்தாந்த நூற்பதிப்புக் கழக வேண்டுதற்படி கலைச் சொல்லாக்கப் பணியில் ஈடுபட்டார் பாவாணர்; ஐந்து நாள்கள் பள்ளிவேலைக்கு; சனி ஞாயிறு நாள்களில் கலைச் சொல்லாக்கப் பணி எனத் திட்டப்படுத்திக் கொண்டு பணி செய்ய அணியமாகிறார் பாவாணர்:

மொழிக்காவலில் கடுந்தொண்டாற்றிய பாவாணர் அத்தொண்டொடு கூடியதும் அதற்குப் பொலிவும் வலிவும் ஊட்டுவதும் தாம் உலகுக்கு நிலைநாட்டக் கருதியதுமாகிய "திராவிட மரபு தோன்றிய இடம் குமரி நாடே" என்னும் இடுநூலை (Thesis) எழுதிப் பல்கலைக் கழகத்தில் 'M.O.L.' பட்டத்திற்காகத் திருச்சிக் காலத்தில் தான் ஒப்படைத்திருந்தார். 13-11-35 இல் அவ்வாய்வில் அமிழ்ந்துள்ளதாக எழுதும் பாவாணர், 11-2-36 இல் அவ்விடுநூல் பல்கலைக் கழகத்தால் தள்ளப் பட்டமையை உரைக் கின்றார். மேலும் "இது எனக்கு வியப்பாக இல்லை. இற்றைத் தமிழ்நிலை என்ன என்பதை மட்டும் தெரிவிக்கின்றது" என்கிறார். அன்றியும், "இனிமேல் இந்தியாவிற்குள் எனக்கு ஒரு தேர்வும் இல்லை. ஆகையால் எனது நூல்களையெல்லாம் ஒவ்வொன்றாய் வெளியிடப் போகிறேன்" என முடிவெடுக்கிறார்! இம்முடிவே செம்முடிவாயமை மேலும் மேலும் விளக்கமுறும்.

திருச்சிப்புத்தூர் ஈபர் மேற்காணியார் உயர்நிலைப் பள்ளியில் பாவாணர் தமிழாசிரியராகி இருந்தபோது மறைமலையடிகள் தாம் இயற்றிய 'தமிழர் மதம்' என்னும் நூற்படி ஒன்றனை அன்பளிப்பாக விடுத்து, அதுபற்றிய பாவாணர் ஆய்வுரையை 'இந்து'த் தாளுக்கு எழுதுமாறு சொன்னார். பாவாணர் மதுரைப் பண்டிதத்தேர்வு தேறியபின் பத்தாண்டுகள் ஆங்கிலத்தை முற்றும் புறக்கணித்துத் தம் ஆங்கிலப் பேச்செழுத்தாற்றலைப் பெரிதும் இழந்திருந்தமையால் அடிகள் விருப்பத்தை நிறைவேற்ற விரும்பியும் இயலாமற் போயினார். இதனைப் பின்னாளிலும் வருந்தி எழுதியமை (மண்ணில் விண். 176) அவர்தம் அந்நாள் துயர் மிகுதியை நன்கு வெளிப்படுத்தும், திருவள்ளுவர்க்குப் பின் தோன்றிய ஒப்பற்ற புலவர் அடிகளே என்னும் பாவாணர்க்கு, அவர் வேண்டுகையை நிறைவேற்றாமை எளிய துயரமா? மறைமலையடிகளார், தம்மை மதித்த மதிப்பீட்டுச் சான்றாக மற்றொரு சான்றும் பாவாணர் குறிக்கிறார்:

ஒரு தமிழ்ப்புலவர் ஒருகால் தம் தவறான சொல்லாராய்ச்சி யொன்றைக் கூறியபோது, அது பொருத்தமன்றென மறுத்துரைக்க, அஃது

என் ஆராய்ச்சி யென்று அப்புலவர் பொய்த்தபின், அங்ஙனமாயின் நான் அதை ஏற்றுக் கொள்கிறேன்" என்று திருவாய் மலர்ந்தார்களாயின் அவர்கள் என்னை மொழி நூற்றுறையில் எத்துணை மதித்தார்கள் என்பதை அறிந்து கொள்க' என்கிறார். (தென்மொழி 7:9: 12)

1934 முதல் 1943 வரையாகிய ஒன்பதாண்டுத் திருச்சி வாழ்வில் ே, 447 மதுரைவீரன் கோயில் தெரு, புத்தூர்; 74, அக்கிராகாரத்தெரு புத்தூர், 8, புத்தூர் மந்தை: 1896, புதுத்தெரு, புத்தூர்:9, பிஷப்குளம் காலனி, புத்தூர் என்னும் ஐந்து இல்லங்களில் பாவாணர் குடியிருந்தமை கிடைத்துள்ள கடிதங்களால் புலப்படுகின்றது. இவ்வில்லங்கள் வாடகை இல்லங்களே எனச் சொல்ல வேண்டுவதில்லை. உயர்நிலைப்பள்ளி அளவில் மிகுதி யான காலம் ஓரிடத்து;ப பணியாற்றியது திருச்சி பிசப்பு ஈபர் பள்ளியேயாம். அங்கிருந்தும் வலியுறுத்தலால்தான் சென்னைக்குச் சென்றிருக்கிறார். அங்கும் ஒரோ ஓர் ஆண்டே 1943-44-ல் பணியாற்றியிருக்கிறார். 'திராவிடத் தாய்' அக்காலத்தில் சைவசித்தாந்த நூற்பதிப்புக் கழகத்தின் வழியே வெளிவந்துள்ளது.

சென்னை முத்தியாலுப்பேட்டை உயர்பள்ளியில், 'சைலன்ஸ்', என்னும் சொல்லை, ஆசிரியர்கள் வகுப்பினுள் நுழையும்போது சொல்லும் வழக்கம் இருந்ததாம். தமிழாசிரியர்களும் அவ்வாறு கூறுவதே வழக்கமாம். ஆனால், பாவாணர் வகுப்புள் புகுந்த முதல் நாளே 'அமைதி' என்றாராம்! அது, காணாததைக் கண்டது போலவும் கேளாததைக் கேட்டது போலவும் மாணவர்க்கு ஆயிற்றாம்! ஆங்கில வரலாற்றில் 'எட்கார்' என்பார் வரலாற்றைப் படித்த மாணவர்கள், அவர்தம் படத்தையும் பாவாணர் தோற்றத்தையும் ஒப்பநோக்கி வியந்து 'அமைதியை விரும்பும் எட்கார்' எனப் பட்டப்பெயர் இட்டனராம்.

21-10-1943 இல் சென்னைத் தொண்டை மண்டல உயர்நிலைப் பள்ளியில், சைவசித்தாந்தக் கழகச் சார்பில் முதலாம் 'தமிழ் உணர்ச்சி மாநாடு' நடைபெற்றது. அம்மாநாட்டுத் தலைமை கொண்டவர் பண்டித மணி கதிரேசனார். ஆங்கு உணர்வு மிக்க உரையாற்றியவர்களுள் குறிப்பிடத்தக்கவர்கள் திரு.கு. கோதண்ட பாணியாரும் பாவாணருமாவர். பாவாணர் சென்னையில் பணியாற்றிய இக்காலத்திலேதான் தொல்காப்பிய எழுத்து சொல்பதிப்புகளுக்குக் குறிப்புரையும் ஆய்வுரையும் எழுதியுள்ளார். இப்பதிப்புகள் கழகத்தின் வழி வெளியிடப்பட்டவை. செல்வியில் கட்டுரைகளும் இக்காலத்தில் நிரம்ப எழுதியுள்ளார். சென்னையில் இருந்து அவ்வாண்டின் நிறைவிலேயே வெளியேற விரும்பினார் பாவாணர். அவர்தம் வாழ்வில் 'பசுஞ்சோலை' எனத்தக்க நிலையை உருவாக்கிய சேலம் நகராண்மைக் கல்லூரி வேலை அவர்க்கு வாய்த்தது.

ஈ.போது:

தமிழ்ப்பற்றும் தமிழினப் பற்றும் தமிழ் வளர்ச்சித் தொண்டும் ஒருங்கே கொண்டவர், சேலம் கல்லூரி முதல்வர் இராமசாமியார் பாவாணர்க்கு எவ்வளவு மிகுதியாக ஓய்வு தந்து நூலாய்வுக்கு உதவ முடியுமோ அவ்வளவும் தாமே கருதிக் கருதிச் செய்திருக்கிறார். மாலைப் பொழுதுகளில் தம் இல்லத்திற்கு உடனழைத்துச் சென்று விருந்தோம்பி இனிதின் அளவளாவியும் உடனாகி உலவச் சென்றும் உவப்பளித்-திருக்கிறார். பொருட்கவலை முதல் எக்கவலையும் பாவாணர்க்கு வராமல் புரிந்திருக்கிறார். இவ்வெல்லாவற்றினும் மேலாகப் பாவாணர் புகழ் பரப்புநராகவும் திகழ்ந்திருக்கிறார். இவற்றால் மகிழ்ந்த பாவணார்.

“சேலங்கல் லூரி சிறந்திராம சாமியின்றேல்
ஞாலம் பரவுதமி ழாராய்ச்சி- நூலியற்றும்
தேவநே யன்எங்கே? தென்மொழித் தொண்டெங்கே?
பரவுதமிழ் மீட்பெங்கே பார்”

எனப் பாடியிருக்கிறார். இராமசாமியார்மேல் பாவாணர் பாடிய பதிகப்-பாடலுள் ஈதொன்று (தமிழ் வர; 298) அப்பசுமைப் பன்னிராண்டையும், பைந்தமிழ் முதல்வர் பரிவையும் பின்னாளில் எண்ணிப் பார்க்கும் பாவாணர் ஆங்குப் பன்னீராண்டு பணியாற்றியும், இன்று சொற் பொழிவாற்றவும் எனக்கதில் இடமில்லாதிருப்பதும் பேராசிரியர் இராமசாமியார் அவர்கள் தமிழ்ப்பற்றின் பேரெல்லையை உணர்த்துகின்றன” என்கிறார். (என் அண்ணாமலை நகர் வாழ்க்கை).

வரலாற்றுக்துறைப் பேராசிரியராக அந்நாளில் சேலங்கல்லூரியில் விளங்கியவர் தி.வை. சொக்கப்பனார், அவர் பாவாணர்க்கு உழுவலன்-பொடு திகழ்ந்தவர். கல்லூரிக் காலத்தன்றி அதற்குப் பின்னரும் பாவாணர் தமிழ்த் தொண்டுக்குப் பரிய துணையாக நின்றவர். முதன்மொழி மாதிகையின் ஆசிரியராகவும், கடனாற்றிவர். பாவாணரின் செந்தமிழ்ச் சொற்பிறப்பியல் அகரமுதலித் தொகுப்புத் திட்டத்தை அரசு செயற்படுத்த வேண்டுமென, அந்நாள் முதலமைச்சர் பத்தவற்சலனாரிடம் சென்ற தூது க்குழுவின் தலைவராகவும் இருந்தவர். ஆதலால், கல்லூரிச் சூழலும் வெளிச்சூழலும் இன்பம் பயன்பனவாக அமைந்த, சேலத்தில் பாவாணர் பணிசெய்த காலமே என அறியவாய்க்கின்றது. அத்தொடர்பு, வேலை ஓய்வுக்குப் பின்னரும் உதவியாக இருந்தமையும் அறிய முடிகின்றது.

சேலத்தில் பாவாணர் பணியாற்றிய காலத்தில் அவர்தம் புலமைத் திறத்தைப் போற்றித் தொடர்பு கொண்ட மாணவரே, பின்னாளைத் தென்மொழியாசிரியரும், உ.த.க அமைப்புச் செயலாளரும், செந்தமிழ்ச் சொற்பிறப்பியல் அகரமுதலித் திட்ட உருவாக்குநரும் ஆகிய பெருஞ்-

சித்திரனார். அதனால் சேலம் தந்த செயலாண்மைக் கொடைகளுள் ஒன்றாகவும், பாவாணர் பணிகளுக்கு அணிவகுத்து நின்று உதவும் வாய்ப்பாகவும் அப்பழுந்தொடர்பு சிறந்தமை குறிப்பிடத்தக்கதாகும்.

சேலத்தில் 1944 முதல் 1956 வரை பணியாற்றியிருக்கிறார் பாவாணர். 1950 இல் உயர்தரக் கட்டுரை இலக்கணம் வரைந்து கழகத்தின் வழியே வெளியிட்டார். அதில் தம் கல்லூரி நிகழ்ச்சிகள் சிலவற்றையும், தலைவர் முதல்வர் ஆகியோரைப் பற்றிய குறிப்புகள் சிலவற்றையும் எடுத்துக் காட்டாக வரைந்துள்ளார்.

சேலம் கல்லூரியில் பணி செய்த காலத்தில் பாவாணர் தாமே தமித்துப் பயின்று (1952 இல்) தமிழ் முதுகலைப்பட்டம் பெற்றமை சுட்டத்தக்கதொன்றாம். சேலம் கல்லூரியில் தமிழ் வழியே ஏரணம், வரலாறு ஆகிய பாடங்களைக் கற்பிக்கக் கல்வியமைச்சர் கட்டளை-யிட்டிருக்கிறது. பாவாணர்க்கு உவப்பான அத்திட்டத்தில் ஆர்வமாக ஊன்றியிருக்கிறார். ஆங்கிலம் மட்டும் கற்ற ஆசிரியர்கள் கற்பித்தற்கு அரிதான ஏரணத்தை இரவு பகலாய் மொழிபெயர்த்து வருகின்றோம், இன்னும் ஒரு மாதத்திற்குள் முடிந்து விடும். குறியீடுகள் பெரும்பாலும் தனித்தமிழில் அமையப்பெறுகின்றன" என்கிறார். (13-7-46 வ.க.)

மொழிப் போரில் ஈடுபட்ட பேராசிரியர்கள் வேறு பலரும் உளர். ஆனால் நாட்டு எல்லைப் போரில் ஈடுபட்டவர் அரியர். மாநில எல்லை மாநாட்டைக் கூட்டவும் பாராளுமன்றத் தூதுக் குழுவைச் சந்திக்கவும் தூண்டியுள்ளார் பாவாணர்.

"இற்றைச் செய்திகளையும் நிலைகளையும் நோக்கும்போது இம்மாத இறுதிக்குள்ளேயே எல்லை மாநாட்டை வைத்துக் கொள்வது நலமென்று தோன்றுகின்றது. பாராளுமன்றத் தூதுக் குழு 4-ம் தேதி வரை லாகூரில் இருக்கிறது. பின்பு இரு பிரிவுகளாய்ப் பிரிந்து பெஷாவருக்கும் அமிருதசாருக்கும் செல்கிறது. வடக்கேயே இத்துணை நாள் தங்கினால் தெற்கே பம்பாய் பார்க்கவும் திருவாங்கூர் செல்லவும் சென்னை வரவும் இம்மாத இறுதியாகிவிடும். பெப்ரவரித் தொடக்கத்தில் நடக்கும் கூட்டத்தை இம்மாத இறுதியில் வைத்துக் கொள்வது இயலாததன்று. பா.தூ. குழு அதிகார முறையில் வராவிட்டாலும் இந்தியாவில் பின்னிலை அமைப்பிற்குப் பெரிதும் காரணமாயிருக்கும் என்பதை மறந்து விடக்கூடாது. தூதுக்குழு சென்னைக்கு வரும்போது அவர்கள் கண்ணாரக் காண்பதுபோல், பின்னர் நடக்கும் எம்முயற்சியும் வலியுறாது என்பது தோற்றம்.

"குழு டில்லிக்குத் திரும்பியவுடன் ஆந்திர மகாசபைத் தலைவராய விஜயா என்பவர் காணச் செல்கிறார்.

தேவநேயப் பாவாணர்

நாம் இன்று தூங்கிக் கொண்டும் நீட்டிக் கொண்டும் இருந்தோமாயின் நம் காரியம் கைகூடுவது அரிது. மாநாட்டிற்கு வேண்டியவை முன்னர் 1 சுவடியும் பின்னர் 1 புத்தகமுமாக 2: சுவடியில் சுருக்கமாய்க் கூறி அச்சிட்டுப் பெருமக்கட்கெல்லாம் அனுப்பிவிடலாம். பொங்கல் விடுமுறைக்குள்ளேயே பண்டிதர் ஆனந்தத்தையும் இராசமாணிக்கம் பிள்ளை அவர்களையும் கொண்டு எழுதுவித்து உடனே அச்சிட்டு விடவும். நாயக்கர் ஈரோட்டில் இருக்கிறார். எழுதிக் கேட்க எனச் சைவசித்தாந்தக் கழக ஆட்சியாளர்க்கு 10-1-46 இல் எழுதியுள்ள செய்தி பாவாணரின் எல்லைக் காப்புப் பற்றிய ஆர்வச் சான்றாம்.

தமக்குத் தக்க பணிக்கு உயர்ந்து செல்லுவதற்கு உதவியாம் என்பதுபோல், மறைமலையடிகளார் சான்றொன்றை அவாவியிருக்கிறார் பாவாணர். அவர் தகவுகள் அனைத்தும் நன்கு அறிந்து தெளிந்த வகையிலும், எதிர்கால நலப்பாட்டைக் கணித்துணர்ந்த வகையிலும் 1946 இல் அடிகளார் ஒரு சான்று வழங்கியுள்ளார்.

அதுவே நாம் நூன் முகப்பில் கண்ட ஒரு மதிப்பீடு என்பதில் காட்டியதாம்.

உ.மலர்:

1956 ஆம் ஆண்டு, அண்ணாமலைப் பல்கலைக்கழகத்தில் திராவிட மொழியாராய்ச்சித் துறை சூன் மாதம் ஏற்படுமென்றும், அதற்குத் துணைப் பேராசிரியர் முதலில் அமர்த்தப் பெறுவார் என்றும், முதற்கண் மேற் கொள்ளும் பணி, தமிழ்ச் சொற்பிறப்பியல் அகர முதலித் தொகுப்பு என்றும் செய்தித் தாள்களில் வெளியான விளம்பரம் பாவாணர் உள்ளத்தைக் கவர்ந்தது. தமிழ் வேர்ச் சொல் அகரமுதலி அவரையன்றி வேறெவராலும் தொகுக்க முடியாது ஆதலாலும் அவர்தம் உற்ற நண்பர் தூண்டுதலாலும் ஊக்கம் கொண்டு, துணைப் பேராசிரியப் பதவியினின்று நாளடைவில் பேராசிரியப் பதவிக்கு உயரலாம் என்னும் நம்பிக்கையுடன் அப்பதவிக்கு வேண்டுகோள் விடுக்கத் துணிந்துள்ளார். அந்நிலையில் சேலங்கல்லூரி இராமசாமி மாணவர் விடுதியை அரசவயவர் (இராசாசர்) முத்தையா அவர்கள் திறந்து வைக்க வந்துள்ளார். கல்லூரி முதல்வரும், பேரா, சொக்கப்பா முதலியோரும் பாவாணர் திறத்தை எடுத்துக் கூறியுள்ளனர். பிறர் பிறரும் பரிந்துரைத்துமுள்ளனர். பல்வேறு தடையுற்றாலும் பின்னர் அமர்த்தோலை வந்தது. அதனை ஓரளவு பசியடங்கினவன் பெற்ற உணவுபோல் பாவாணர் பெற்றுக் கொண்டுள்ளார்.

அமர்த்தோலையைத் தொடர்ந்து, அவர் பணியை மேற்பார்க்குமாறு வங்க நாட்டு வடமொழிப் பேராசிரியர் சுநீதிக்குமார சட்டர்சியைத் தலைவராகக் கொண்ட ஒன்பதின்மர் குழு ஏற்படுத்தப்பட்டமை

அறிவிக்கப்பட்டிருந்தது. அக்குழுவில் தம்மளவு தமிழாய்ந்தவரேனும் தம் பணியை மேற்பார்க்கத் தக்கவரேனும் ஒருவரும் இல்லாமையை உணர்ந்த பாவாணர், தம்மை அண்ணாமலை நகரினின்று விரைந்து வெளியேற்றுதற்கு அமைந்த 'தள்ளி வெட்டி' அஃதென்பதைக் கண்டு கொண்டார். "கால்டுவெலும் மாக்சுமுல்லரும் செசுப்பர்சனும் இத்தகைய கட்டுப்பாட்டிற்கும் முட்டுப்பாட்டிற்கும் ஆளாயிருந்திருப்பின் அவர் மனநிலை எங்ஙனம் இருந்திருக்கும்" என வெதும்பினார்.

பாவாணரின் அற்றை அகவை 54 ஆதலால், அதன்மேல் சேலங்-கல்லூரியில் ஓரிரண்டுகளே பணி தொடர முடியும். அண்ணாமலைக்குச் சென்றால் ஐயாண்டேனும் ஆறாண்டேனும் அலுவல் இருக்கும். அதற்குள் தமிழ் வேர்ச்சொல் அகரமுதலியையும் ஒருவாறு தொகுத்து விடலாம். அதன்பின் வேலை இருப்பினும் சரி, இல்லாவிடினும் சரி என்றெண்ணி 12-7-56 இல் வேலையை ஒப்புக் கொண்டார். 250-25-500 உருபா என்னும் சம்பளத்திட்டத்தில் மாதத்திற்கு 250 உருபாவும் அரசியலார் விழுக்காட்டும்படி அருந்தற்படியும் (D.A.) பெறும் நிலையில் ஆய்வு வகையால் ஓராண்டளவுக்கு உரிய அமர்த்தம் அது.

திராவிட மொழியாராச்சித் துறைக்குரிய ஐவருள் வாசகராக (Reader) நான்தான் அமர்த்தப்பட்டுளேன். பேராசிரியர், மலையாள, கன்னட, தெலுங்கு விரிவுரையாளர், ஆகிய வேலையும் அதன் பின்புதான் தொடங்கும். இன்று அதற்கு முற்படையான வேலை செய்து வருகிறேன். அதாவது செந்தமிழ்ச் சொற்பிறப்பு நெறி முறைகளைத் தொகுத்தல்; அது 200 பக்கத்திற்குக் குறையாது ஒரு தனிநூலாய் வரும். என் அலுவல் தொடர்பாக ஒரு திறவோர் குழு சட்டர்சி தலைமையில் அமைக்கப் பெற்றுள்ளது. சென்னையிலாவது இங்காவது அடிக்கடி கூடும்" எனக் கடிதத்தில் (15-6-57) இக்கால நிலையைக் குறிக்கிறார் பாவாணர்.

8-4-1957 இல் திராவிட மொழி நூல்துறைத் தொடக்கக் கூட்டம் நடைபெற்றது. அதில் சட்டர்சி தலைமையுரை நிகழ்த்தினார். அவர் ஆங்கில வழியிலே தமிழைக் கற்றவர் ஆதலாலும் 'நன்னெறி முருகன்' என்னும் தம் பெயரை மட்டுமே தமிழில் எழுதப் பயின்றவர் ஆதலாலும், ஆங்கிலத்திலேயே நிகழ்ச்சிகள் நடைபெற்றன. அவர் உரையில் "இந்திய நாகரிகமெல்லாம் சமற்கிருத இலக்கியத்திலேயே எழுதப்பட்டுள்ளது. ஆதலால் இந்திய நாகரிகம் ஆரியரதே;" என்றார், "இந்திய நாகரிகமெல்லாம் முதன்முதல் தமிழிலக்கியத்திலே எழுதப்பட்டிருந்தது. அவ்விலக்கியம் முழுதும் இறந்துபட்டபின் அதன் மொழி பெயர்ப்பான சமற்கிருத இலக்கியமே மூலம்போல் காட்சியளிக்கின்றது" என்று பாவாணர் மறுத்தார். அச்செயல் அவர்க்கும் பேரா. சேது முதலியவர்களுக்கும் எதிரிடையாயிற்று.

சொற்பிறப்பியல் அகரமுதலியில் போலிகையாக 50 சொற்களுக்கு வேரும் வரலாறும் பொருளும் விளக்கமும் எழுதிக் காட்டுமாறு மேலாண்மைக் குழுவினர் பணித்தனர். பாவாணர் இவற்றை எழுதத் தொடங்கிய காலையில் தேராதூனில் (Dehradun) நிகழும் கோடை மொழியியல் பயிற்சிக்குச் சென்று வருமாறு துணைக் கண்காணகர் (V.C.) உசாவியவாறு இசைந்தார். அதனால் பாவாணர் வண்ணனை மொழி நூலின் (Linguistics) முழுப்பரப்பையும் கண்டார். தேர்விலும் வென்றார். அப்பயிற்சி தமக்கு எவ்வகையானும் பயன்படாது என்பதையும் அறிந்து கொண்டார். வடநாட்டு மக்கள் வாழ்க்கை முறையும், மொழி வழக்கும். ஆக்ரா, தில்லிக் காட்சிகளும் கங்கையாறும் பனிமலையும் பற்றிய அறிவே அச்செலவில் தமக்கு என்றும் பயன் தரும் என்று கூறி, இது பற்றி என் எதிரிகளுக்கும் நன்றி கூறும் கடப்பாடுடையேன்" என்கிறார்.

பாவாணர் அண்ணாமலை மீண்டபின் போலிகைச் சொற்கள் 50 எழுதும் பணியில் மீளவும் இறங்கினார். அவர்பால் அன்பு காட்டிய பேராசிரியர் லெப. கரு. இராமநாதனார் "பர். சட்டர்சிக்குக் காட்ட வேண்டிய போலிகைச் சொற்பட்டியில் எள்ளளவும் கருத்து வேறுபாட்டிற்கும் ஐயுறவிற்கும் மறுப்பிற்கும் தருக்கத்திற்கும் இடந்தராத ஐம்பது சொற் களையே சேர்க்க வேண்டும்" என்று அறிவுரை கூறியிருக்கிறார். ஆனால் பாவாணர் அதனை ஏற்றுக் கொள்ளவில்லை. தமிழைப் பற்றிய உண்மையை எடுத்துச் சொல்ல ஏன் அஞ்ச வேண்டும்? இங்ஙனம் எத்தனை நாளைக்கு அஞ்சியஞ்சி அடிமைத் தனத்திலும் அறியாமையிலும் தமிழன் மூழ்கிக் கிடப்பது! ஆரியச் சார்பினர் கருங்காக்கையை வெண்-காக்கையென்று எத்தனை துணிச்சலோடும் திடாரிக்கத்தோடும் கூறி வருகின்றனர்" என்று எண்ணித் தாம் கருதும் சொற்களுக்கே விளக்கம் எழுதி முடித்தார்.

சில மாதம் பொறுத்து பர். சட்டர்சி அண்ணாமலைக்கு வந்து அச்சுவடியைப் பார்வையிட்டார். எடுத்த எடுப்பிலேயே தமிழர் குமரிக் கண்டத்தினின்று வந்தவர் என்னும் உண்மை வரலாற்றுக் கூற்றையும், அச்சன் என்பது அத்தன் என்னும் தென்சொல்லின் திரிபென்னும் சொல் வரலாற்றையும் அவர் ஒப்புக் கொள்ள மறுத்து, நீ தன்னந்தனியாகப் போர் புரிகின்றாய் (you are fighting a lonley fight) என்று கூறியிருக்கிறார். அவற்றுக்குத் தக்க விளக்கம் கூறியும் அவர் ஏற்றுக் கொள்ளாமல் விரிவாக மறுமொழி எழுதியனுப்ப வேண்டுமென்று சொல்லிச் சென்றிருக்கிறார். பின்னர், மொழிநூல் துறையினின்று பொதுத் துறைக்கு மாற்றப்பட்டிருக்கிறார் பாவாணர், வடநாட்டுப் புகலிலி போன்ற அயன்மை யுணர்ச்சி எனக்கு நீண்ட நாள் இருந்தது என்று தம் நிலையைக் கூறுகிறார் பாவாணர். தாம் பொதுத் துறையில் இருந்தது ஓர் அரசியல் தூதன் அயல்

நாட்டில் இருந்தது போன்றதே என்றும் கூறுகிறார். மேலும், சந்தையின் நடுவே ஓகத்தில் அமர்ந்திருப்பது போன்றே தோன்றிற்று என்றும் குறிக்கிறார்.

“பர்.சட்டர்சிக்குத் தமிழ் தெரியாது. அதிற் பேசவோ எழுதவோ அவருக்கு இயலாது. தமிழைப் பற்றி ஆங்கில நூல் வாயிலாகவே கற்றவர். சுநீதிகுமார் சட்டர்சி என்னும் தம் பெயரின் முன்னிரு சொற்களை முட்டும் ‘நன்னெறி முருகன்’ என்று மொழிபெயர்த்து அவற்றைத் தமிழெழுத்தில் குறிக்கக் கற்றிருக்கின்றார். நெறி என்பது வழி அல்லது விதி. நீதியைக் குறிக்க அதினும் சிறந்த சொற்கள் நயம், நேர்மை என்பன. குமார் என்பது குமரன் (= முருகன்) என்னும் தென் சொல்லின் திரிபே. ஆயின், முருகன் ஆரியத் தெய்வம் என்பதும் முருகன் என்பது சுப்பிரமணியன் என்னும் வட சொல் மொழிபெயர்ப்பு என்பதும் அவர் நம்பிக்கை. தமிழை ஆங்கில வாயிலாய்க் கற்றதனால், சில தமிழ் நூற்பெயர்களைக் கூட அவர் சரியாய் ஒலிப்பதில்லை. பத்துப் பாட்டு என்பதைப் பத்தப்பத்து என்று அண்ணாமலை நகரில் ஒருமுறை படித்தார். வேறிடங்களில் ‘பட்பட்’ என்றும் ‘பட்டுபட்டு’ என்னும் படித்ததாகக் கேள்வி” என்கிறார் பாவணர் (என் அண்ணாமலை நகர் வாழ்க்கை, 32-33). இவர் தாம் செந்தமிழ்ச் சொற்பிறப்பியல் அகரமுதலி மதிப்பீட்டுக் குழுவின் தலைவர்!

பணியின் ஐந்தாம் ஆண்டு இறுதியில் துணைக் கண்கான கரைக் கண்டு மேலும் ஓராண்டு நீட்டிப்பின் சொற்றொகுப்பை முடித்துத் தந்து விடுவதாகக் கூறினார் பாவாணர். அவரும் இசைந்திருக்கிறார். அடுத்த ஆண்டுத் தொடக்கத்தில் துணைக் கண்காணகர் மாறியிருக்கிறார். வந்தவர் நீட்டிப்புத் தர விரும்பினார் அல்லர். “1961 ஆம் ஆண்டு செபுத் தெம்பர் மாதம் 23-ஆம் பக்கல், அண்ணாமலை நகரை விட்டு வெளியேறினேன். என்னோடு தமிழும் வெளியேறியது” என்கிறார் பாவாணர்.

அண்ணாமலைப் பல்கலைக்கழகப் பணிநலம் பாராட்டிய பாவேந்தர் பாவாணர்க்கும் பதிகம் பாடினார். அப்பதிகத்திலேயே பாவாணர்க்குள்ள இடர்களையெல்லாம் உணர்ந்து அப்பதிக வழியாலேயே பல்கலைக்-கழகத்தார்க்கு உணர்த்தியும் பார்த்தார்.

“பாவாணரைப் போற்றுவதே பைந்தமிழைப் போற்றுவது” என்றும் பாடினார்: நேரிடையாகச் சுட்டியும் குயிலில் எழுதினார்.

“நாவலந் தீவுக்கு நந்தமிழே தாயென்று
கூவும் அதுவுமோர் குற்றமா? - பாவிகளே!
தேவநே யர்க்குச் செயுந்தீமை செந்தமிழர்
யாவர்க்கும் செய்வதே யாகம்”

'தேவநேயர்க்குத் தீமை' வர இருப்பதை அறிந்து அல்லது வந்து கொண்டு இருப்பதை அறிந்துதானே பாடினார்!

பாவாணர்க்குப் பணிக்களம் ஓய்வு தந்துவிட்டது; உழைக்க ஆர்வம் இருந்தும் உழைக்க வேண்டும் பணி இருந்தும், அதனைப் பிறரெவரும் செய்ய முடியா நிலை இருந்தும் – கட்டாய ஓய்வு கிட்டி விட்டது. அவர் பணிக்கு ஓய்வு உண்டா? அவரே கூறுகின்றார்;

"ஓர் உண்மை ஆராய்ச்சியாளன் ஒரு நாளும் ஆராயாது இருக்க முடியாது. அவன் ஆராயாவிடினும் அவன் உள்ளம் ஆராயும், அதற்குக் கனவென்றும் நனவென்றும் ஊண்வேளையென்றும் உறக்க வேளை யென்றும் இல்லை. சொல்லாராய்ச்சியும் மொழியாராய்ச்சியும் எனக்கு இயல்பான இன்பந்தருங்கலைகள்.

வினைபற்றி எனக்கு எல்லா நாளும் வேலைநாள்
விழைவுபற்றி எனக்கு எல்லாநாளும் விடுமுறைநாள்"

என 'என் அண்ணாமலை நகர் வாழ்க்கை' என்பதில் கூறியுள்ளார் (54)

"நான் ஏழுநாளும் பத்துமணிநேர வேலைக்காரன். சொந்த வீட்டில் செந்தண (Airconditioned) அறை அமைத்துக் கொண்டு முழுப்பகலும் வேலை செய்வேன். இது எனக்கு இன்பமானது" (16–04–80)

"மொழி நூற்கல்வியும் ஆராய்ச்சியும் எனக்கு இன்பமான பாடத்துறைகள். அதனால், நான் இன்று பெறும் சம்பளம் 'கரும்பு தின்னக் கூலி' யாகும், ஆதலால், வேலை செய்யாது காலத்தைக் கழிக்கவோ வேறு வேலை செய்யவோ இயலவே இயலாது" (2–5–80) எனப் 'பாவாணர் தமிழ்க்குடும்பச்' செயலாளர் அன்புவாணர் வெற்றிச் செல்வியர்க்கு எழுதுகின்றார் பாவாணர். இவை பாவாணர் நினைப்பினும் ஓய்ந்திருக்க முடியா உண்மையை வெளிப்படுத்துவன!

"பாவாணர் நாற்காலியில் அமர்ந்திருப்பார். மிசை (மேசை) மேல் கைகள் ஊன்றியிருக்கும்! ஊன்றிய அக்கைகள் கன்னத்தைத் தாங்கியிருக்கும்; கைவிரல்கள் நிமிர்ந்து விரிந்து கன்னப்படலத்தில் படிந்திருக்கும்; கண்களோ மூடியிருக்கும்; இப்படி இருப்பது 10 நிமையம் 15 நிமையங்களா? ஒரு மணி ஒன்றரை மணி என்று கூட இருக்கும்; இடை இடையே கால்கள் மெல்லென அசையும்; நெற்றிச் சுருக்கம் ஏறி இறங்கும்; ஒரோரு கால் வலக்கைப் பெருவிரல் வலக்கண்ணின் மேலும் நடுவிரல் இடக்கண்ணின் மேலும் சுட்டு விரல் நெற்றிப் பொட்டின் மேலும் முச்சுட்டாய் நிற்கும். அத்தவக்கோலம் நிறைவுற்றதா? கிடுகிடு என ஒரு பேராராய்ச்சிக் கட்டுரை எழுத்துருப் பெற்றுப் பிறந்து விடும்.

பகலா இரவா? அந்தியா சந்தியா? எவ்வேளையிலும் இத்தவம் கூடிவிடும். தம்மை மறந்த தமிழ்த் தவத்தில் பாவாணர் ஒன்றிய போதெல்லாம் என்னை மறந்து அக்காட்சியில் ஒன்றிப் போவேன்" (நாங்கள் காணும் பாவாணர்; தவம் செய்த தவமாம் நேயர் பக். 14 – 15) இவ்வாறு, 'தங்கருமம் செய்வார் தவம் செய்வாராம் நிலையர்க்குத் தமிழ்த் தவத்தை மூச்சுள்ள வரை விட்டு ஒதுங்கி இருக்க முடியாதே!

ஊ: அலர்:

பாவாணர் இளமையிலேயே கற்றிருக்கிறார். படிப்பு முடிந்த காலம் தொட்டு அகவை 59 வரை தொடர்ந்து பணியும் செய்திருக்கிறார். ஆறாம் படிவம் படித்துத் தேறிய அளவுடன் நில்லாமல் கலைமுதியர் தேர்வு பெற்றிருக்கிறார். பண்டித புலவவித்துவ விசாரத் பட்டங்களும் பெற்றிருக்கிறார். இவ்வளவு பெற்றும் பொருள் நிலையில் முன்னேற்றமோ – முன்னேற்றம் இல்லை எனினும் அடிப்படைத் தேவை நிறைவேற்றமோ – விரும்பத் தக்க பதவி வாய்ப்போ – தமக்கென ஒரு குடியிருப்போ – அமைத்துக் கொள்ள முடியாமை ஏன்? அமையாமை ஏன்?

அவர் காலத்தில், அவர் உறவாக இருந்தவர்; அவரைப் போலவே கிறத்தவ சமயம் புகுந்தவர்; அலுவலக எழுத்தராகப் புகுந்து துறைத் தேர்வுகள் முடிந்துப் படிப்படியே மாவட்ட ஆட்சியாளராக அமர்ந்து ஓய்வு பெற்றமை கண்கூடு.

பாவாணர் உயர் வகுப்பில் எடுத்துப் படித்த பாடங்களைப் படித்து வங்கிப் பணியில் புகுந்து மாநில வங்கி மேலாண்மைப் பொறுப்பில் கை நிறையப் பணவாய்ப்பும் வளமனையும் "நெடிய மொழிதலும் கூடிய ஊர்தலும்" பெற்றுத் திகழ்ந்தார் உளர்.

பாவாணரைப் போலவோ அதனினும் குறைந்தோ அடிப்படைப் படிப்புப் படித்துப் பாவாணர் போலவே மேனிலைப் பட்டங்கள் பெற்றவர். துறைத் தலைமை, கல்லூரித் தலைமை பல்கலைக்கழகத் துணை–வேந்தராம் நிலைகளில் அமர்ந்து சிறந்தமையும் பல்வேறு அரசியல் ஆட்சிக் குழுக்களிலும் பல்கலைக்கழகக் குழுக்களிலும் சிறந்து விளங்கியமையும் தெளிவு! ஆனால் பாவாணர்க்கு ஏன் இவையெல்லாம் எட்டாதவை யாயின? எதிரிடைகள் போலவும் ஆயின? ஒப்ப நின்றாரும் ஒப்ப நில்லாரும் பதவியாலும் வாய்ப்பாலும் உயர்ந்து நின்று பாவாணரைப் புறக்கணிக்கவும் – பதவி பறிக்கவும் – பள்ளந்தோண்டித் தள்ளவும் பாவாணரே சொல்வதுபோல் 'ஆண்டி எப்பொழுது சாவான், மடம் எப்பொழுது ஒழியும்' என்று பதவிக்கும் உறையுட்கும் நீண்ட நாள் காத்திருக்கவும் நேர்வானேன்?

'பிழைக்கத் தெரியாதவர் என்று தள்ளி விடுவதா? இயலாதவர் என்று ஒதுக்கிவிடுவதா? 'முரடர்' என்றோ 'வெறியர் என்றோ ஒட்ட ஒழுக அறியார்' என்றோ விலக்கி விடுவதா?

பிழைக்கத் தெரியாதவர் தாம்! பிழைக்க என்பதற்குப் 'பிழை செய்ய' என்பதே பொருள்! அதனால், பிழைக்கத் தெரியாதவர் தாம்! அன்றியும், நடிக்கவும் பசப்பவும் புகழ்பாடவும் அடிபிடிக்கவும் தெரியாதவர்தாம்! 'எப்படியும் வாழலாம்' என்று இல்லாமல் 'இப்படித்தான் வாழ வேண்டும்' என்று வரம்பு கொண்டவர்தாம். "**எனக்கு வறுமையும் உண்டு; மனைவி மக்களும் உண்டு; அவற்றோடு மானமும் உண்டு**" என்று உரமுற்றவர் தாம்! இவர்க்கு மட்டுமா இந்நிலை?

கப்பலோட்டத் துணிந்த வ.உ.சி நிலை என்ன? மன்றேறினால் மடிநிரம்பி வழிந்த வருவாய் என்ன ஆனது? மன்றாடித் திண்டாடிப் போகும் நிலைக்கு வைத்துவிட வில்லையா? மண்ணெண்ணெய் வணிகம் செய்து கூட வயிற்றுப்பாடு பார்க்கும் நிலை உண்டாகி விட வில்லையா? மலையே நிலை சாய்ந்தது போல் ஆக எந்தச் சூறை அடித்தது? எந்தச் சூழல் எழுந்தது? எந்த ஆழிப்பேரலை முழுக்கியது? அயலார் அழிப்பினும் நம்மவர் அழிப்பே தலைப்பட்டு நின்றதல்லவா!

திரு.வி.க. கையகல வீட்டுக்கு உடைமையராகவாவது கடைசி மூச்சை விட்டாரா? இருந்த வாடகை வீட்டையும் அரசாணையால் முத்திரை வைத்து வெளியேற்றி, கண்ணொளி இழந்த நேரத்தும் படுத்த படுக்கையாய் இறுதியை எதிர்நோக்கிக் கொண்டிருந்த நிலையிலும் - வெளியேற்றப்பட்டாரா இல்லையா? எத்துணைப் பெரிய தொண்டர்! எத்துணைப் பெரிய சால்பர்! எத்தனை எத்தனை தொழிற்சங்கங்களின் தலைவர்! எத்தனை நூல்களின் நூற்பர்!

'சுடச் சுடரும் பொன்' என்பது வள்ளுவம்! சுடச் சுடர்வது பொன். மற்றவை உருகும். கருகும். ஒழியும்! மேலும் மேலும் ஒளி செய்வது - தூய்மை பெறுவது உரம் பெறுவது பொன்! சூடுபடாமல் - சுடுபடாமல் - எந்தச் சுடராவது உண்டாவது உண்டா? ஒளி செய்வது உண்டா? நீரில் இருந்து வந்தாலும், சூட்டொடுதான் ஒளி செய்கின்றது மின்னாற்றல்! வலிவராமல் ஒருவர் - வலியுறாத ஒருவர் - வலிமை பெற்றதுண்டா? வலிவராமல் வலிமை வராதே - சொல் முதலே அதுதானே! வலிதானே வலமாகிய வெற்றியின் மூலமும்!

வறுமை வெறுமையன்று, இன்மையுமன்று; அந்நிலைக்கு ஆக்குவது உண்டு; நிரம்பிய நலமாக்குவதும் உண்டு; அதனால் தான் ஆழ மூழ்கி அருமுத்துக்குளித்த வள்ளுவர் 'நிரப்பு' என்று வறுமையைக் கண்டார்! நிரம்பிய நலம் செய்வது! நிரம்பிய வளமாவது என்பதைச் சுட்டுகின்றதே நிரப்பு!

வறுமை நொய்வையும் நலிவையும் தருதல் பொது நிலை அது பெருவலிமை தருவது – தானே வந்து தருவது – சிறப்பு நிலை! அதனால் தான் அப்பொருள் விளங்கச் சொற்சுரங்கத்துள் புகுந்து சுடர்வயிரம் எடுத்த வள்ளுவர், 'நல்குரவு' என்றார். நல்குகின்ற உரவு; உரவாவது வலிமை! உரம்! அறிவும் உரமே! ஆற்றலும் உரமே! இரண்டு பொருளாட்சியும் வள்ளுவத்தில் உண்டே!

வேர்ச் சொல்லாய்வே விழுமிய பிறவித் தொண்டாகக் கொண்ட பாவாணர் நிலையை, இச்சொற்பொருள் விளக்கம் தெளிவாக்குதல் பொருத்தமே யன்றோ!

நிரப்பாலும் நல்குரவாலும் சொல்விளக்கம் காட்டி என்ன? 'பாவாணர் பட்டபாடும் கெட்ட கேடும்' தீர்ந்து விடுமா? 'இருப்பும் இல்லை எடுப்பும் இல்லை' என்று வருந்தியது நீங்கிவிடுமா?

அங்கேயும் திருவள்ளுவர் புன்முறுவல் செய்கின்றார்:

"அல்லல் அருளாள்வார்க்கு இல்லை" என்கிறார். 'இல்லவே இல்லை' என அறைந்து சொல்கிறார்! ஐயுறவா? "வளிவழங்கு மல்லல் மாஞாலத்தைப் பார்" அதுவே உண்மை எடுத்துரைக்கும் என்கிறார். இதற்கும் ஒருபடியன்று; பலபடி – பல்லாயிரம் படி – மேலே செல்கின்றார்:

"நயனுடையான் நல்கூர்ந்தான் ஆதல் செயுநீர
செய்யாது அமைகலா வாறு".

என்கிறார். நயனுடையார் ஒருவர் நல்கூர்ந்தார் ஆகிவிட்டால் உண்டாம் கேடு உப்புக்கும் காடிக்கும் உலமருவோர் நிலைமையில் ஒழிவது அன்று; அந்நயனுடையார் தாம் செய்ய வேண்டியவற்றைச் செய்து முடிக்க வேண்டியவற்றைச் – செய்ய முடியாமலும் செய்யாமல் வாளா இருக்க முடியாமலும் இருக்கின்ற நிலை இருக்கிறதே! இக் கொடுமைதான் என்கிறார்! பாவாணர்க்கென எதிரதா மொழிந்த வள்ளுவமா இது? பாவாணர் அன்னவர்க்கெனப் பொதுவாகப் புகன்ற பொய்யா மொழியார் புகற்சியா இது?

கொடி கட்டிப் பறந்த தமிழ்ப் பதவியாளர்க்கு அவர்கள் கண் மறைந்த பின்னைக் கொடி பிடிக்க ஆள் உண்டா? ஓர் இயக்கம் உண்டா? உணர்வு மிக்க இயக்கம் உண்டா? ஒரே ஒரு பாவாணர்க்குத் தானே அவ்வியக்கம் உண்டு. உலகளாவிய உணர்வு அமைப்பன்றோ, பாவாணர்க்கு அமைந்த உலகத் தமிழ்க் கழகம்! பாவாணரால் காணப்பட்ட உ.த.க. ஓரைவர் ஒரு பதின்மர் என்னும் அளவிலேனும் உலகத்துத் தமிழர் வாழும் பரப்பில் இல்லாமல் இல்லையே! நாடு மொழி இனக் காவலராகத் திகழ்வாருள் – திகழவருவாருள் – அவர்தாமே தலைமைப் பொறுப்பாளராய் நிமிர்ந்தார். அவர்க்கு முந்து நின்று உதவவும் வரிந்து கட்டிக் கொண்டு அவர்தாமே நின்றார்.

6

மனைவி மக்கள்

புரிவு தெரிய நாள் தொட்டே பாவாணர் தம் மூத்த அக்கையையே அன்னையெனக் கொண்டு அவர் அரவணைப்பிலே விளங்கியவர்.

ஆசிரியப் பணி ஏற்ற பின்னர் அக்கையார் தீர்மானித்த எசுத்தர் என்னும் பெண்ணையே மணந்தார். அவரே நெல்லை மாவட்ட கரிவலம் வந்த நல்லூரின் மேல் பால் மூன்று அயிரம் (கல்) தொலைவில் உள்ள புறக்கடையான்பட்டி என்னும் ஊர் உறவினர்.

பாவாணரும் அவர் துணையும் அன்பொத்த வாழ்வில் வாழ்ந்தனர். அவ்வாழ்வால் ஒரு மகப்பேறும் உண்டாயிற்று. மகவு ஆண்; மணவாளதாசன் என்பது பெயர். மணவாளனுக்கு ஓரகவை எய்து முன்னரே அன்னையார் இறையடி எய்தினார். கைக்குழந்தை, பாவாணர் கைவயத்தாயிற்று!

பாவாணரின் இளைய அண்ணனார்க்கு மகப்பேறு வாய்க்க வில்லை. அதனால், குழந்தை மணவாளனைத் தாம் தத்தெடுத்துக் கொள்வதாகக் கேட்டார். தத்துப் பிள்ளையாக எழுதிக் கொடுத்துப் பாவாணரிடம் சின்ன அண்ணனார் மணவாளக் குழந்தையைப் பெற்றுக் கொண்டார்; மனைவியார் இல்லை! மகனார் தத்தாயினார். அத்தத்தும், தம் குடும்பத்தின் ஓருறுப்பில் நிகழ்ந்த தத்து. இந்நிலையில் மூத்த அக்கை-யார்க்கு மீண்டும் பாவாணரை இல்லறத்தில் அமைக்கும் கடனுண்டாயிற்று. அக்கருத்தில் அவர் ஊன்றி, மணமகள் தேடுபடலத்தில் இருந்தார்!

பாவாணர் அதில் சிறிதும் விருப்புக் காட்டினார் அல்லர். துணை-போயினாரும் அல்லர்; ‘அவர்’ ‘இவர்’ என்று கருத்துக் கேட்புக்கும் செவி சாய்த்தார் அல்லர்; தாமே மணமகளாரைக் கண்டு கொண்டார். தேர்ந்து தெளிந்து கண்டு கொண்டார்! ஊஉரர்க்குப் போய்ப் பெண்பார்க்கும் அக்கையாரை எண்ணி உள்நகைத்த பாவாணர், உரியாள் - ஒத்த உணர்வாள் - அக்கையின் மகளையே தம் மணவாட்டியாக்கும் உறைப்பில் நின்றார்! அவரே நேசமணி அம்மையார். ‘தேவநேயர் - நேயமணி’ திருமணம் 1930 இல் நிகழ்ந்தது. அவர்கள் இல்வாழ்வு எப்படி இருந்தது? அவரே சொல்கிறார்.

"நானும் என்மனைவியும் ஓருயிரும்
ஈருடலுமாக இருந்தோம்"

"யானும் என்மனைவியும் ஒருயிரும்
ஈருடலுமாக இருந்தோம்"

இத்தொடர்கள் இருமுறைகள் தவறாக அல்லது மறந்து எழுதப்பட்டனவோ என எண்ணவேண்டா. பாவாணர், பேராசிரியர் வி.பொ. பழனி- வேலனார்க்கும் (கசுஉ சுறவம் கரு சூரு), தமிழ்ப்பாவை ஆசிரியர் வி.அ. கருணைதாசனார்க்கும் (26-11-63) எழுதிய கடிதங்களில் உள்ளவை. 'நான்' 'யான்' மட்டுமே மாற்றம். ஒருமுறைக்கு இருமுறை அன்று; பன்முறை கூறியதும் எழுதியதுமாம் மெய்ச் செய்தி; பாவாணர் நேசமணியார் திருமணம், பாவாணர் மன்னார் குடியில் பணிசெய்த காலத்தில் நிகழ்ந்தது. பாவாணப் பேரறிஞர் தம் மனை வாழ்வொடு எவ்வளவு ஒன்றிப் போய்விடுகின்றார்! இது விந்தையே! ஆழ்ந்தகன்ற அறிவர் - கலைத்திறம் வல்லார் - பேரிறைப் பற்றர் - பெருந்தன்னலத்தர் இன்னவர், தம் குடும்பத்தில் பற்றுவைத்தல் அரிது. பாவாணர் அதற்கு விலக்கென்ன விளங்கியமை மடல்களால் அறிய வருகின்றது.

பாவாணர்க்கு மக்கள் அறுவர் பிறந்தனர். ஐவர் ஆடவர்; ஒருவர் மகளார். பைந்தமிழ் வளர்த்த பாண்டியன் குழந்தைப் பருவத்திலேயே இயற்கை எய்திவிட்டான் (1939)

மற்றை மக்கள் :

நச்சினார்க் கினிய நம்பி

சிலுவையை வென்ற செல்வராயன்

அருங்கலை வல்லான் அடியார்க்கு நல்லான்

மடந்தவிர்த்த மங்கையர்க்கரசி

மணிமன்ற வாணன்

என்பார்.

பெயர்களைப் பற்றி ஒரு குறிப்புக் காட்டுகிறார் பாவாணர்:

"பெயர்கள் நீண்டிருக்கும்போது இறுதிச் சொல்லைத்தான் அழைக்க வேண்டும்" என்பது அது. எடுத்துக் காட்டாக, "மடந்தவிர்த்த மங்கை - மங்கை" என்கிறார். மேலும் "பெண்களின் உறுப்பழகைக் குறிக்கும் பெயராக இடுவது நன்றன்று" என்றும் சுட்டுகிறார். அவர் எடுத்துக் காட்டிய பெயர் தம் மகளார் பெயரே அன்றோ!

தேவநேயப் பாவாணர் 39

இவருள் நச்சினார்க்கினிய நம்பி ஆசிரியர்; கோபியில் பணியாற்றியவர். சிலுவையை வென்ற செல்வராயனும் ஆசிரியரே; அவர் சேலத்தில் பணி செய்தவர். அடியார்க்கு நல்லான் சமயத்துறவோராய் (பாதிரியாராய்) மைசூரிலிருப்பவர்.

மடந்தவிர்த்த மங்கையர்க்கரசியார் செவிலியர் பணியராய் எண்ணூரில் வாழ்பவர்.

மணிமன்றவாணன் என்னும் மணி காட்டுப்பாடியிலும் பாவாணருடன் இருந்து தென்குமரி என்னும் பெயரிய அச்சகம் நடாத்திப் பின்னர்ச் சென்னைக்கு வந்து பாவாணர் பெயர் விளங்குமனையில் (கலைஞர் கருணாநிதி நகரில்) இருக்கிறார்; அரசுப் பணி செய்கிறார்.

27-10-63 ஆம் நாள் பாவாணர் வாழ்வில் பேரிடியாக அமைந்து விட்ட நாள். அவர் கூறியவாறு ஓருயிரும் ஈருடலுமாக, இருந்த உடல்கள் இரண்டனுள் நேசமணியார் உடல் வீழ்ந்து விட்டநாள்! "பொற்றாலியோடு எவையும் போம்" என்பதைப் புலப்படுத்திவிட்ட நாள்! குழந்தையாய் - உலகியல் அறியாக் குழந்தையாய் இருந்த பாவாணர்க்குத் தாயாய் - அமைச்சாய் - நட்பாய் - துணையாய் - மருத்துவியாய் - செவிலியாய் - இருந்த நேசமணியார் பிரிவு அவரை வாட்டியது வருத்தியது!

அவர் காட்டுப்பாடியில், பணியின்றியிருந்த காலம் அது! வேலை செய்து வந்த நாளிலேயே முட்டுப் பாட்டில் முழுகிக் கிடந்த அவர்வாழ்வு, வேலையின்றி மூன்றாண்டு கடந்த நிலையில் எப்படி இருந்திருக்கும்! 'நோகோ யானே தேய்கமா காலை' என்னும் குறிஞ்சிக் கபிலர் பறம்புப் பிரிவுப் பாட்டுக்கே சான்றாகி விட்டார் பாவாணர்: செய்தி இது.

திருவாட்டி நேயமணி தேவநேயன் மறைந்தார்.

மொழிப்பெரும் புலவர் திரு. ஞா. தேவநேயப் பாவாணர் அவர்களின் அருமை மனைவியார் திருவாட்டி நேயமணி அம்மையார் ஐப்பசி 10-ஆம் நாள் (27-10-63). அன்று இரவு 11 மணியளவில் திடுமென இவ்வுலக வாழ்வை நீத்தார் என்பதைத் தமிழ் அன்பர்கட்கு மிகப் பெரும் வருத்தத்துடன் கூறிக் கொள்கின்றோம்.

அன்பும் பண்பும் ஒருங்கே விளங்கப் பெற்றுப் பாவாணர் அவர்களின் தனித் தமிழ்ப் போராட்டங்களுக்குப் பெருந்துணையாய் நின்று ஊக்கமளித்த அப்பெருமாட்டியைப் பிரிந்து, கையற்று நிற்கும் பாவாணர் அவர்கட்கும் அன்னையைப் பிரிந்து ஆறாத்துயருறும் குழந்தைச் செல்வங்கட்கும் நம் ஆற்றாமையைத் தெரிவித்துக் கொள்கின்றோம். தண்டமிழ்த்தாயின் அருந்தமிழ் மகனாய பாவாணர்க்கேற்பட்ட இப் பேரிழப்பு ஈடு செய்ய இயலாத தொன்றாகும். ஆசிரியர்.

தென்மொழி 1:10; நவ. 1963. பக். 7

"என் மனைவியார் அகுத்தோபர் 27-ஆம் பக்கல் இறந்தார். அன்று மருத்துவச் சாலைக்கு வாடகை இயங்கியில் அனுப்ப என்னிடம் 10 உருபா இல்லாததிருந்தது. அனுப்பியிருந்தால் பிழைத்திருப்பார்... அவர் பிரிவு என்னாற் பொறுக்குந்தரமன்று. 'பல்சான்றீரே பல்சான்றீரே, என்னும் புறச் செய்யுளை நோக்கினால் என் கூற்று விளங்கும். காதல் பெண்பாற்கு மட்டும் உரியதன்று. முக்கடமைகளை நிறைவேற்றவே இன்று உயிரோடிருக்கிறேன். அவற்றுள் ஒன்று வடமொழியினின்று தமிழை மீட்டல்". (கசு, சுறவம் கசுகூரு; வி.பொ.ப)

"என் ஆருயிர் மனைவியார் பிரிவுத் துன்பம் ஆற்றொணாததும் தாங்கொணாததும் ஆதலின், இன்னும் மூன்றாண்டிற்குமேல் இருக்க விருப்பமில்லை. அதற்குள் தமிழ் வடமொழியினின்று மீட்கப்பட்டு விடும்" (20 கும்பம் கசுகூரு; வி.பொ.ப.)

"என் மனைவியார் இறந்த அன்றே என் உலக வாழ்க்கை முடிந்தது" (27-01-64; வி.பொ.ப.)

"மணமாகாத என் இரு மக்கட்காகவே உடல் தாங்கிக் கொண்டிருக்கிறேன்" (26-11-63; வி.அ.க.)

"என் மனைவியார் இறந்ததை எண்ணி வருந்தியதால் இன்று நெஞ்சாங்குலை, ஈளைநோய் என்னைத் தாக்கியது! (1-12-64; மி.மு.சி.)

ஒரு பாடலாலும் தாம் பெற்ற துயரைப் பதின் மூன்றாண்டுகளின் பின்னர் வெளியிடுகின்றார்;

"புற்று நோயினால் போன என்மனை
பற்றி நீடியே பரிந்தொ ரீளையைப்
பெற்று ழந்தபின் பிழையை நோக்கியே
முற்று நீக்கினென் முதல்வ னருளினால்"

என்பது அது (15-11-77; இ.கு.)

'பல் சான்றீரே' என்னும் புறப்பாட்டைச் சுட்டுகிறாரே பாவாணர் அது பூதப்பாண்டியன் தேவி பெருங்கோப்பெண்டு தீப்பாய்வாள் தன்னைத் தடுப்பாரிடம் "பொய்கையும் தீயும் ஓரற்றே" என்று சொல்லிச் சென்றதாகும் (புறம் 246).

பாவாணர் துணையின் பிரிவால் வடக்கிருக்கவும் துணிந்திருக்கிறார். பின்னர் நண்பர்கள் மக்கள் வலியுறுத்தலால் தடை யுண்டிருக்கிறார் என்பது கேள்விச் செய்தி.

மணமாகாத மக்கள் இருவரைச் சுட்டுகிறாரே பாவாணர். அவர்கள் மங்கையர்க்கரசியாரும் மணியும் ஆவர். பாவாணர் துணையொடும் இருந்த போழ்திலேயே செல்வராயனுக்குத் திருமணமாகிவிட்டது எனத் தெரிந்துள்ளோம்.

மங்கையர்க்கரசி திருமணம் சென்னையில் 19-4-65இல் நடந்தேறியது. "மணவாளப்பிள்ளை பள்ளியிறுதி தேறியவர்; எண்ணூரில் உள்ள இயங்கித் தொழிற்சாலையில் கணக்கர்" (29-3-65; லி.அ.க.) அத்திருமணத்திற்குச் சென்ற எழுத்தாளர் மன்றத் தலைவர் பு. மனோகரனார் வழங்கிய நன்கொடையைத் "தங்கள் ஒப்புயர்வற்ற தமிழ் நன்கொடையை நானும் என் மகளும் என்றும் மறவோம். நூறுரூபா அளித்தது தாங்கள் ஒருவீரே" (24-4-65) என்கிறார் மங்கையர்க்கரசியாரின் மணவாளப் பிள்ளையின் பெயர் இராபின்சன் என்பது. அப்பெயரை 'அறவாணன்' என மாற்றுதற்குப் பாவாணர் விரும்பினார் என்பது மு. அறவாழியார்க்கு எழுதிய அட்டையால் விளங்குகின்றது. அதில், திருவாட்டி மங்கை இராபின்சன் 21அ, உலகநாதபுரம், எண்ணூர், சென்னை - 87. என் மருமகன் பெயரை இனிமேல்தான் அறவாணன் என்று மாற்ற வேண்டும்" என்கிறார்.

எத்தனை எத்தனை பேர்களுக்குப் பெயர் மாற்றக் கருத்து வழங்கியவர் பாவாணர்! பெயர் மாற்றி உதவியரும் பாவாணர்! பெயர் மாற்றத்திருநாள் ஊரறிய விழாவாக நடாத்த வேண்டும் என்று உ.த.க. வினர்க்கு உரைத்தவரும் பாவாணர்! தம் மருகரை மட்டும் பெயர் மாற்றத்திற்கு உட்படுத்த விரும்பாமல் இருப்பாரா?

○

7

ஓய்விலா ஓய்வு

பாவாணர் தம் 17–ஆம் அகவை தொட்டே ஆசிரியப் பணியில் புகுந்ததை அறிவோம். 1961–ஆம் ஆண்டு வரை பல்வேறு நிலைகளில் பல்வேறு இடங்களில் பணி செய்தமையையும் அறிந்துள்ளோம். அவரிடம் பயின்ற மாணவர்கள் – பழகிய ஆசிரியர்கள் – பெற்றோர்கள், அன்பர்கள், நண்பர்கள் இத்தகையர் பல்லாயிரம் எனற்கு ஐயமில்லை!

1931–இல் செந்தமிழ்ச் செல்வியின் கட்டுரையாளராகின்றார். கட்டுரை முதற்கட்டுரையாக இருந்தாலும் முதன்மைக் கட்டுரையாகவே அமைந்து விடுகின்றது. ஆங்கிலம், பிரெஞ்சு, இலத்தீனம், கிரேக்கம் முதலிய மொழித்திறம் பளிச்சிட விளங்குகிறது.

“வடமொழியுள் தமிழ்ச் சொல் புகாது” என்று புலமைத் தலைக்கோல் கொண்டார் புகன்று கொண்டிருக்க “ஆமாம் ஆமாம்! தேவ மொழியில் மாந்தமொழி புகக் கூடுமா?” என்று முழுதாக முடித்து விட்டவர்கள்; ‘புகும்’ என்று நினைவதே “பாவம்” “முறைகேடு” எனக் கணக்குத் தீர்த்து விட்டவர்கள் கையில், கல்விப் பொருள் முழுவதாக இருந்த காலையில், “வடமொழி என்ன வடமொழி, எட்டாத் தொலைவில் இருக்கும் தொல் பழம் மேலை ஆரிய மொழிகளைப் பாரீர், அவற்றில் உள்ள தமிழ்ச் சொற்களைப் பாரீர், தமிழ் வேர்களைப் பாரீர் பாரீர்” என்று ஒன்று இரண்டு என்னாமல் அறுநாறுக்கு மேற்பட்ட சொற்களைப் பட்டியலிட்டு முதல் கட்டுரை வரைந்தால், அக்கட்டுரை வரைந்தவரை’ ‘இருகோணத்தில்’ பார்க்க மாட்டார்களா?

“இப்படியொரு ‘எரிமலை’ வெடிக்கிறதே!” என வெதும்பல் ஒரு பக்கம்; ஆம்; அதுவே பெரும்பக்கம்! “இப்படியொரு ‘வான்மழை’ பொழிகிறதே” எனத் தளிர்த்தல் ஒரு பக்கம், ஆம் அஃதொரு, கைவிரல் விட்டு எண்ணும் பக்கம்!

அடி அடித்தால் அம்மியும் நகராதா? 1931இல் கிளர்ந்த திறம் முப்பது ஆண்டுகள் தொடர்ந்து பேரொளிப் பிழம்பாகச் செந்தமிழ்ச் செல்வியில் திங்களுக்கு ஒருமுறையோ, முத்திங்களுக்கு ஒரு முறையோ, இடை இடையோ ‘மின்னலிட்டால்’ கைவிரல் விட்டு எண்ணிய கூட்டம் பெருகத் தானே செய்யும்.

பாவாணர் நல்ல பொழிஞர்: பல்வேறு மன்றங்களுக்கும், கல்லூரிகளுக்கும் அடுத்தும் தொடுத்தும் பொழிவுக்குச் சென்றுள்ளார்; மறைமலையார் உழுத முதல் உழவின் மேலுழவு செய்திருக்கிறார்; குலவொப்பு, சமயச் சால்பு ஆகியவற்றில் தலை நின்றிருக்கிறார்; சீர்திருத்தம் பகுத்தறிவு ஆகியவற்றில் பதப்பட்டு ஊறியிருக்கிறார்! சமயச் சால்போடும் திகழ்ந்திருக்கிறார். தமிழ் வாழ்வாகவே வாழ்ந்திருக்கிறார். இவ்வெல்லாமும் தொடர்பைப் பெருக்கி உள்ளன.

1934 தொட்டே நூலாசிரியராகக் கிளர்ந்துள்ளார்; மாணவர் நூலும் ஆய்வாளர் நாலும் என இரு கூறுபடவும் நூல்கள் படைத்துள்ளார்; நூல் நாட்டம் உடையாரிடத்தெல்லாம் உள்ளகம் புகுந்திருக்கிறார்.

பாவாணர் தோற்றம் 'தோற்றமே' யாம்! 'ஏற்றமே' யாம்!

காலம் காலமாகக் கட்டான உடற்பயிற்சி செய்து காளையென்னப் பீடுமிக்க பெருமிதத் தோற்றம் அவர் தோற்றம்! நெட்டை என்றோ குட்டை என்றோ கட்ட இயலாது அளவிட்ட உயரம்; ஒல்கி என்றோ தடியென்றோ உரைக்கவொண்ணா ஒத்தகனம்! கட்டி வயிரமென அமைந்து கண்டாரை மதிக்க வைக்கும் கவர்ச்சி! வனப்பான முகத்திற்கு வாய்த்த எடுப்பான மீசை! படிந்தும் எழுந்தும் பயின்று கரிந்த எழில் மிக்க சுருட்டை முடி! பார்த்த அளவில் வயப்படுத்தும் பளிச்சிட்ட பார்வை புன்முறுவல் தவழும் இதழ்! குழந்தையெனக் குலுங்கிச் சிரிக்கும் நகைப்பு! நல்லொளிப் பிழம்பாய் முல்லையரும்பை யடுக்கி வைத்ததென்னப் பல்! படிந்து விடாதும் நிமிர்ந்து விடாதும் அளவாய் அமைந்த செவி! தட்டை - சப்பை - கிளி - மாம்பழம் என்றெல்லாம் சொல்லப் பொருந்தாமல் உடல் நூலோர் வகுத்த வகுப்பென அமைந்த மூக்கு! எந்த ஒன்றையும் கூர்ந்து நோக்கும் நோக்கு! குப்பாயமிட்டு அதன்மேல் எடுப்பாக மடித்துப் போட்ட மடிதுண்டு! ஏறுபோல் பீடுநடை! கரவற்ற உள்ளம்! கலப்பற்ற தூய பேச்சு! உள்நோக்கு நோக்கியே பழகிப் போன தனிப்பெரும் தமிழ்த்தவ அமைதி! எதிரீட்டுப் பொய்மையைத் துகள் துகளாக்கும் அரிமாவீறு! - இன்னவை பாவாணரை ஒரு முறை பார்த்தாரையும் மறக்க விடாதவை.

இவையெல்லாமும் பாவாணரைத் தமிழகத்திற்கு அறிமுகப்படுத்தி யிருந்தன. ஆயினும் அவ்வட்டம் எதிரும் புதிருமான அறிஞர் வட்டமும் ஆய்வு வட்டமுமாகவே இருந்தன! அவ்வட்டம் என்ன ஆயினும் சிறு வட்டமும் குறுவட்டமுமேயாம்! அன்றியும் அவ்வட்டம் ஈகவட்டமும் அன்று! அவ்வீகவட்டம், இளவட்டத்தில் அரும்புவது; தழைப்பது; விரிவது; பயன் தருவது! அவ்வட்டத்து நடுமணியாக நண்ணும்பேறு, அண்ணாமலைப் பல்கலைக்கழக வெளியேற்றத்தொடு பாவாணரைத் தொடர்ந்தது. அதன் தலை யமைந்த விழிப்பாக்கம் பாவேந்தர் 'குயில்' கூவுதலால் உண்டாயது!

அண்ணாமலைப் பல்கலைக்கழகம் என்னும் தலைப்பில் "இளவரசர் முத்தையா அவர்கட்கு என் விண்ணப்பம்" எனத் தொடங்கி 19-8-58 (1:12) 26-8-58 (1:13) 2-9-58 (1:14) 9-9-58 (1:15) ஆகிய நான்கு இதழ்களில் எழுதினார் பாவேந்தர்.

என்ன ஆனது? எதுவும் ஆகவில்லை!

பாவாணர்க்குத் துறைமாறியது, பின்னே வேலையும் பறிபோனது; குயிலைப் படிப்பார் தமிழியக்கப்பாசறை இளவட்டங்கள் தாமே! பாவாணர் பக்கம் பார்க்க - பரிந்து பார்க்க - ஏவியது! 'உறைமோர் குயில்! வெண்ணெய் திரள 'வித்து' ஆயது அது.

தனித் தமிழ்க்கழகம், தென்மொழி, உலகத் தமிழ்க்கழகம், பாவாணர் நூல் வெளியீட்டுக்குழு, செந்தமிழ்ச் சொற்பிறப்பியல் அகரமுதலி முயற்சி - ஆயவை ஒன்றன்மேல் ஒன்றாய் உருவாயின; உதவிக் கைகள் நீண்டன. இந்த விழிப்பு பாவாணர்க்குக் களிப்பூட்டுகின்றது! கடமை தொடர வழியாக்குகின்றது.

O

8

உலகத் தமிழ்க் கழகம்

15-4-64-இல் ஒரு கடிதம் பாவாணர் வரைந்தது; அது, தனித் தமிழ்க்கழகம் பற்றியது;

"இலால்குடிக் கழக உயர்நிலைப் பள்ளித் தமிழாசிரியர் புலவர் சேந்தமாங்குடியார் 1960-ஆம் ஆண்டே அண்ணாமலை நகர் வந்து, 'தமிழ் நாட்டில் தனித் தமிழ்க் கழகம் தோற்றி விரிவு படுத்த வேண்டும். என்று என்துணை வேண்டினார். யான் இசைந்தேன். மூவாண்டு ஒன்றும் தெரியவில்லை. இன்று, திருச்சி மாவட்டம் பல வட்டங்களில் தனித்தமிழ்க் கிளைகள் தோன்றி ஈராயிரம் உறுப்பினர் (அட்டைக் கட்டணம் அரைரூபா கட்டிச்) சேர்ந்திருப்பதாகவும் வைகாசி (17-5-64) ஞாயிறன்று என் தலைமையில் துறையூரில் முசிறிவட்டத் தொடக்க விழா நடத்த விருப்பதாகவும் பிற மாவட்டங்களிலும் கிளைகள் தோற்றி நாளடைவில் மாநில மாநாடு நடத்துவதாகவும் எழுதியிருக்கின்றார். இதுவே, மறைமலையடிகள், நாவலர் சோ. சு. பா. வும், நானும் கண்ட கனா. பா். அரச மாணிக்கனாரும் இத்தகைய அமைப்பையே விரும்பினார்.

"உறுப்பினரும், உழவரும் மாணவரும் பெரும்பாலாரெனத் தெரிவிக்கின்றார் சேந்த மாங்குடியார். இவ்வியக்கம் தமிழகம் முழுதும் பரவின் தமிழுக்கும் தமிழனுக்கும் நற்காலம் அண்ணணித்தே. எதிர் காலத்தில் ஆட்சியையும் கைப்பற்றித் தமிழாட்சி நிறுவ இயலும் இதை நண்பர்க்குத் தெரிவித்து மாநாட்டுக்கு வர இயலின் வரச் சொல்க. கற்றாரையே கொண்டிருக்கும் கழகம் விரிவடைய முடியாது, பொது மக்களும் மாணவரும் பெருவாரியாகச் சேர்த்தால் தான் தமிழைக் காக்கவும் வளர்க்கவும் முடியும். என்பது அது. மேலும், உறுப்பினர் அனைவரும் தனித்தமிழே பேச வேண்டும் என்னும் யாப்புரவில்லை. தனித்தமிழ்ப் பற்றிருந்தாற்போதும்" (1-8-64), "தமிழைக் காப்பதே என் போன்றோர் கடமை. அந்நோக்கத்துடன் பிறருடன் ஒத்துழையாதான் தமிழன் அல்லன். தனி என்ற சொல்லை நீக்கித் 'தமிழ்க் கழகம்' என்ற பெயர் வைக்கச் சொல்லியிருக்கிறேன்" (1-9-64) என்றும் பாவாணர் எழுதியுள்ளார்.

1959–இல் 'தென்மொழி மாதிகை' பாவலரேறு பெருஞ் சித்திரனாரால் தோற்றுவிக்கப்பட்டது. அதன் சிறப்பாசிரியராகப் பாவாணர் விளங்க வேண்டுமெனச் சித்திரனார் அவாவினார். பாவாணரும் இசைந்தார். ஆனால், பல்கலைக்கழகம், பாவாணர் அப்பொறுப்பை ஏற்க இசைவு தர வேண்டுமே! அதனை மறுத்தது. அந்நிலையில் பல்கலைக்கழகம் இசைவு தந்துதவுமாறு தென்மொழி ஒரு வேண்டுகை விடுத்தது;

சிறப்பாசிரியர்

தென்மொழி என்னும் பெயர் பூண்டு வெளிவரும் இவ்விதழ்க்குச் சிறப்பாசிரியராக விருக்க, திராவிட மொழியாராய்ச்சி வல்லுநர் புலவ பண்டித வித்துவ ஞா. தேவநேயப் பாவாணர் எம்.ஏ. அவர் தம்மை நாம் வேண்டிக் கொண்டதற்கிணங்க அவரும் உளமுவந்து இசைந்தாராயினும், அவர் செந்தமிழ்த் தொண்டாற்றி வரும் அண்ணாமலைப் பல்கலைக் கழகத்தார் இன்னும் இசைவு தராமையினால், அவர் அப்பொறுப்பினை ஏற்க இயலாது போனமை பற்றி மிகவும் வருந்துகின்றோம். விரைவில், அண்ணாமலையாரின் முந்து தமிழ்ப் பல்கலைக் கழகம் இச்செந்தமிழ்த் தொண்டை ஏற்க அவர்க்கு இசைவு தந்துதவுமாறு அக்கழக வேந்தரைப் பல்லாற்றானும் வேண்டிக் கொள்கிறோம்.

இயல்! இசை 2 ஆசிரியர்,

17–08–59 தென்மொழி

இவ்வேண்டுகைக்குப் பின்னரும், தென்மொழிச் சிறப்பாசிரிய மேற்கோளுக்குப் பல்கலைக் கழகம் இசைந்திலது; அங்கிருந்து விடுவிக்கப்பட்ட பின்னர்த் தடையேதும் இல்லையே! அதனால், பாவாணர் சிறப்பாசிரியராக வள்ளுவராண்டு 1994 மாசி (1963 பிப்ரவரி) யில் அமர்ந்தார். இடைநின்ற தென்மொழி இதழ் தொடர்ந்தது!

“நடைமெலிந்த தென்மொழி மீண்டும், படை வலிந்து எழுந்தது” எனத் தொடர்ந்தது. பாவாணரால் தென்மொழியும், தென்மொழியால் பாவாணரும் கொண்டும் கொடுத்தும் இருபாலும் பெற்ற நலங்கள் தமிழிதழியல் – தனித்தமிழ் – வரலாறுகளில் சிறப்பான இடம் பெறத் தக்கனவாம்.

தென்மொழியின் பொறுப்பாசிரியர், பாவலரேறு பெருஞ் சித்திரனார். பேராசிரியர் இலெனின் தங்கப்பா, பேராசிரியர் தமிழ்க் குடிமகனார், திரு. செம்பியனார் ஆகியோர் உறுப்பாசிரியர்.

பாவாணரைப் பற்றிய செய்திகள், துடிப்புமிக்க இளைஞர்கள், துணிவுடைய செயல் வீரர்கள் ஆகியோர்க்குக் கிடைக்கும் வண்ணம் செய்தது இத்தென்மொழி, பாவாணர்க்கு உதவும் வகையில் பொருள்

திரட்டல், பாவாணர் புலமைச் சுரப்பு தமிழுக்குப் பயன்படும் வகையில் செந்தமிழ்ச் சொற்பிறப்பியல் அகரமுதலி உருவாக்கத்தில் உதவல், உலகத் தமிழ்த் கழகம் என்னும் அமைப்பை உருவாக்கித் தமிழகமன்றி மொழி பெயர் தேயத்தும், கடல் கடந்த நாடுகளிலும் பாவாணர் புகழ் பரப்புதல் ஆகிய சீரிய கடமைகளைச் செய்தது.

பாவாணரைப் பற்றிய செய்திகளை அன்றி, அவர் படைப்பகளும் தாங்கி வந்தது தென்மொழி. அவ்வகையில் பரப்பாண்மையொடு புரப்பாண்மை, பாதுகாப்பாண்மையாகிய முத்திறக் கடப்பாடும் கொண்டது தென்மொழி.

1963 திசம்பர்த் திங்களில் தென்மொழி பாவாணருக்காக பொருட் கொடைத் திட்டம் ஒன்றனை உருவாக்கியது. 6-7-64-இல் திட்டம் முடிக்கப்பட்டது. அக்கால எல்லையில் தொகுக்கப்பட்ட உருபா 2211 காசுகள் 4 பாவாணர்க்கு வழங்கப்பட்டது.

1965-இல், தென்மொழிக்கு ஒரு சிக்கல் நேர்ந்தது. அதனை உறுப்பாசிரியருள் ஒருவராகிய பேரா. தமிழ்க்குடிமகனார் வரைகின்றார்.

1965-ஆம் ஆண்டில் தமிழகத்தில் இந்தி எதிர்ப்புப் போர் உச்சமாக இருந்த நேரம். தென்மொழி இதழுக்கும் கொள்கை வழியில் சிக்கல் நேர்ந்தது. இந்தி தொடர்பாக வெளியிடப்படும் கருத்துக்கள் அரசினரால் ஊன்றிக் கவனிக்கப்பட்டன. எருமை ஒன்று குத்துவாள் வீச்சுக்கு ஆட்பட்டுக் குருதி சிந்தி ஓடுவதாக ஒரு முகப்புப் படம் வந்தது. கடுமையான இந்தி எதிர்ப்புடன் சிவப்பு மையில் அச்சிடப்பட்டு ஆசிரிய உரையும் வந்தது. இந்த இரண்டுமாகச் சேர்ந்து அரசினால் இரண்டு வழக்குகள் தொடரப் பட்டன. இந்திய பாதுகாப்புச் சட்டப்படி (Defence of India Rules) தொடரப்பட்ட வழக்கில் தென்மொழியின் சிறப்பாசிரியர் பாவாணர் பெயர்தான் முதற் குற்றவாளியாகச் சேர்க்கப்பட்டது. மற்றும் பெருஞ்-சித்திரன், தங்கப்பா, சாத்தையா (தமிழ்க்குடிமகன்), செம்பியன் ஆகியோர் குற்றவாளிகள்.

பாவாணர் இந்தி எதிர்ப்புக் கருத்தில் மிக அழுத்தமானவர் என்றாலும், அவரை வழக்கில் சேர்ப்பது முறையற்றதாக இருந்தது. அவர் எழுதாத கட்டுரைக்கு அவர் மீது ஏன் வழக்கு வர வேண்டும்? எனவே பெருஞ்சித்திரன், தங்கப்பா, சாத்தையா மூவரும் அவற்றுக்குப் பொறுப் பேற்றதாலும் பாவாணர்க்கும் கட்டுரைக்கும் தொடர்பில்லை என்று தெரிவித்து விட்டதாலும் அவர் பெயர் வழக்கிலிருந்து நீக்கப்பட்டது. அதன் பின்னர் ஓராண்டுக் காலம் நடைபெற்ற வழக்கில் தங்கப்பாவும் சாத்தையாவும் விடுதலை செய்யப்பட்டனர். பெருஞ்சித்திரனார்க்கு 200 உருபா தண்டம் அல்லது நான்கு மாதச் சிறைத் தண்டனை விதிக்கப்பட்டது. தண்டம் கட்ட

மறுத்து அவர் சிறை சென்றார். சிறை சென்றதாலேயே அஞ்சல் அலுவலகத்தில் அவர்க்கிருந்த பதவியும் பறிபோனது. பாவாணரைப் போலவே பெருஞ்சித்திரனாரும் வறுமையில் வாட நேர்ந்தது" என்பது அது (பாவாணரும் தனித்தமிழும் பக். 18, 19).

இவ்விடத்தில் உலகத் தமிழ்க் கழகத் தோற்றம் பற்றியும் அறிந்து கொள்ளுதல் வேண்டும்.

புலவர் சேந்தமாங்குடியாரால் தோற்றுவிக்கப்பட்ட தனித் தமிழ்க் கழகம் பற்றிய செய்தியை அறிந்துள்ளோம். அவ்வியக்கத்தைத் தமிழகம் முழுவதும் விரிக்க வேண்டும் என்றும், உழவரும் மாணவரும் பொது மக்களும் உறுப்பினருள் பெரும் பாலானவராக இருக்க வேண்டும் என்றும் அவர்களுக்குத் தமிழ்ப் பற்று இருந்தால் போதும் என்றும் குறித்தவற்றையும் அறிந்துள்ளோம். அவற்றையெல்லாம் உட்கொண்டு 6–10–1968–இல் திருச்சியில் அமைப்புக் கூட்டமொன்று நடைபெற்றது. அக் கூட்டத்தில் தான் உ.த.க. எனப்படும் உலகத் தமிழ்க் கழகம் உருக்கொண்டது; தனித்தமிழ்க் கழகம் உ.த.க.வுடன் ஒன்றிவிட்டது. உ.த.க.வின் தோற்றத்தை அதன் நிலைத்த பொருளாளர் எனப் பாவாணரால் பாராட்டப்படும் செங்கை செந்தமிழ்க்கிழார் கூறுகின்றார்;

"தமிழன்பர்களின் திருக்கூட்டம்; திருக்கூட்டத்தின் நடுவே அரிமா போன்று பாவாணர் அவர்கள்; அன்பர்களை நோக்கி அவர்தம் குரல், 'மறைமலையடிகள்தாம் தூய தமிழியக்கத்தைத் தோற்றுவித்தார். அவர்தாம் இந்தியினால் ஏற்படும் கேடுகளைத் தமிழர்க்குத் தெள்ளத் தெளிவாகக் கூறி இந்தி எதிர்ப்பு இயக்கத்தைத் தலைமை தாங்கி நடத்தினார். அதன்பின்னர்தான் தமிழார்வம் தழைத்தோங்கத் தலைப்பட்டது; அரசியல் கட்சித் தலைவர்கள் தமிழர்களிடம் ஏற்பட்ட தமிழ்ப்பற்றைத் தங்கள் கட்சியின் வளர்ச்சிக்காகப் பயன்படுத்தத் தொடங்கினார்கள். அரசியல் தலைவர்கள் தங்கள் நலனுக்காகத் தான் தமிழைப் போற்றுகிறார்கள். உண்மையில் தமிழை வளர்க்கும் பணியில் அவர்கள் ஈடுபடவில்லை. தமிழ்ப் புலவர்களுக்கும் தமிழைப் பற்றித் கவலையில்லை. எனவே, தமிழை முதன்மையாக வைத்துத் தமிழைப் போற்றி வளர்க்கும் ஓர் இயக்கம் தேவை. அந்த இயக்கத்தைத் தோற்றுவிக்கும் குறிக்கோளுடன்தான் நாம் இங்குக் கூடியிருக்கிறோம்" இந்தக் கருத்தில் பாவாணர் அவர்கள் கூறிய சொற்கள் தமிழன்பர்களின் உள்ளத்தைத் தொட்டன. அன்பர்கள் அவர்தம் விழைவைச் செயற்படுத்த உறுதி பூண்டனர். அதன்பின்னர்ச் சில திங்களில் அன்பர்களின் ஒத்துழைப்புடன் பாவாணர் அவர்கள் தி.பி. 1999 (கி.பி. 1968) ஆம் ஆண்டு திருச்சியல் தமிழ்க் கழகத்தைத் தோற்றுவித்தார்கள்" என்பது.

உ.த.க.வின் தலைவர் பாவாணர்; பொதுச் செயலாளர் பெருஞ் சித்திரனார். துணைப் பொதுச் செயலாளர் இறைக்குருவனார்; பொருளாளர் செங்கை செந்தமிழ்க் கிழார்; மாவட்ட அமைப்பாளர்கள் தமிழ்க்குடிமகனார். சேந்தமாங்குடியார்; இரா. இளவரசு, பா. வளனரசு, மி.மு. சின்னாண்டார், வி.பொ. பழனிவேலனார் ஆகியோர். உ.த.க. முதலாண்டிலேயே பக்க மெல்லாம் வீழ்து விட்டுப் பரவிய ஆலென விளங்கியது; மாவட்டத் தலை நகர்களிலும் நகரங்களிலும் சிற்றூர்களிலும் உ.த.க. கிளைகள் உண்டாயின. பாவாணர் புகழும் தென்மொழித் தொண்டும், உ.த.க. செயலாண்மையும் ஒருமுகமாக வளர்ந்து வந்தன.

உ.த.க. தலைவராக அன்பர்கள் பாவாணரையே கொண்டிருந்தனர் ஆனால் பாவாணரோ, தம்மை உ.த.க. தலைவராகக் கொண்டதிலர். ‘மறை மலையடிகளே உ.த.க. தலைவர்; யான் அவர்தம் தூய தமிழ் இயக்கத்தை வழி நடத்திச் செல்லும் தொண்டனே’ என்று அன்பர்களிடத்தும் உ.த.க நிகழ்ச்சிகளிலும் கூறிவந்தார்:

இயக்கப் பொறுப்பில் பாவாணர் எப்படி இருந்தார்? “உ.த.க. பொறுப்பாளர்கள் கழகத் தொடர்பான அன்பர்களுக்கு எழுதிய மடல் களைவிடப் பாவாணர் அவர்கள் தம் கைப்பட எழுதிய மடல்களே எண்ணிக்கையில் மிகுதி. உ.த.க. வளர்ச்சியில் பொறுப்பாளர்கள் யாவரின் உழைப்பும் பாவாணர் அவர்களின் உழைப்புக்கு ஈடாகாது” என்கிறார் செந்தமிழ்க் கிழார். மேலும் ஓர் அரிய குறிப்பைக் கிழார் சுட்டுகிறார்.

“உ.த.க. அன்பர்கள் ஐயாவின் நலனில் அக்கறை கொண்டு உழைத்ததுண்டு. உ.த.க. அன்பர்கள் ஐயாவின் புலமை தமிழகத்திற்குப் பயன்பட வேண்டும் என்ற முயற்சிகளில் ஈடுபட்டதுண்டு. ஆனால் உ.த.க. வைத் தந்நலத்திற்காக ஐயா அவர்கள் பயன்படுத்தக் கருதியதே இல்லை. தம்மை விளம்பரப்படுத்திக் கொள்ள உ.த.க. வை ஐயா அவர்கள் கருவியாகக் கொள்ள எண்ணியதே இல்லை” என்பது.

உலகத் தமிழ்க் கழகத்தின் ஆண்டு விழாவும் திருவள்ளுவர் ஈராயிர ஆண்டு விழாவும் 1969 திசம்பர் 28, 29 ஆகிய நாள்களில் முகவை மாவட்டத்துப் பறம்புக்குடியில் ஒரு பெரிய அரசியல் கட்சியின் மாநில மாநாடென நடைபெற்றது. அனைத்து ஏற்பாடுகளையும் பொறுப்பேற்று நடத்தியவர் பேரா. தமிழ்க்குடிமகனார். அம்மாநாட்டிலே பாவாணர் இயற்றிய ‘திருக்குறள் தமிழ் மரபுரை’ வெளியீடும் நிகழ்ந்தது. பாவாணர் இயற்றிய ‘இசையரங்கு இன்னிசைக் கோவையும் ‘தமிழ் கடன் கொண்டு தழைக்குமா?’ என்னும் கட்டுரைச் சுவடியும் உ.த.க. சார்பால் வெளியிடப் பட்டன. பாவாணர் நூல்கள் மாநாட்டில் விற்ற வகையில் உருபா 2000 வரை சேர்ந்தது.

மாநாட்டு ஊர்வலம் மக்கள் பெருக்கம், நிகழ்ச்சிச் சிறப்பு, கலந்து கொண்ட அறிஞர்கள் பாவலர்கள் உணர்வு, தொண்டர்களின் ஆர்வப் பெருக்கு – இன்னவெல்லாம் பாவாணரைப் பூரிப்படையச் செய்தன. இவ்வகையில் உ.த.க. ஏழெட்டாண்டுகள் சிறப்பாக வளர்ந்தால் தமிழ் நாட்டு அரசையும் பிடிக்கும் வலிமையுடையதாகத் திகழும் என உவப்புற்றார். மாநாட்டுப் பொறுப்பாளராக இருந்து சிறக்கச் செய்த தமிழ்க் குடிமகனார் அமைச்சராகி ஆட்சி நடத்தும் நிலையும் நேரலாம் என நேரிலும் கூறினார்; எழுத்திலும் எழுதினார் பாவாணர். அவ்வளவு பெருநிறைவைத் தந்தது அம்மாநாடு. “அவர் வறுமைப்பட்ட காலம் உண்டு. வாடி வதங்கிய காலம் உண்டு. ஆனால் அவர் காலத்தில் அவரால்தான் தனித் தமிழ் இயக்கம் மிகப் பெரிய அளவில் 140 கிளைகட்கு மேல் கொண்டு நிமிர்ந்து நின்றது என்பதனை யாரும் மறுக்க முடியாது. மிகப் பெரிய அறிஞர் என்னும் முறையில் அவரது நூல்களைப் படித்தே ஒருவன் மிகப்பெரிய அறிஞனாக முடியும் என்னும் அளவிற்கு அவர் ஆழமானவர் என்பதில் கருத்து வேறுபாடு இருக்க முடியாது” என்று தமிழ்க்குடிமகனார் கூறும் தேர்ச்சி யுரைகளெல்லாம் ஒருங்கே பளிச்சிட்ட இடமாகப் பறம்புக்குடி மாநாடு விளங்கியது! பாவாணர் பூரிக்க மாட்டாரா? பாராட்ட மாட்டாரா? பேராசிரியர் இலக்குவனார், புலவர் குழந்தை, முனைவர் வ.சுப. மாணிக்கனார், தவத்திரு குன்றக்குடி அடிகளார், பாவலரேறு பெருஞ்சித்திரனார் முதலாகப் பேரறிஞர் மிகப் பலர் கலந்து கொண்ட மாநாடு அது.

இரண்டாம் மாநாடு மாமதுரையில் 9–1–71, 10–1–71 ஆகிய இரண்டு நாள்கள் நடைபெற்றது. 9–1–71 காலை 9 மணியளவில் மாநாடு நடைபெற இருந்த வெற்றித் தனிப் பயிற்சிக் கல்லூரி (V.T.C.) யில் இருந்து ஊர்வலம் புறப்பட்டு நகர் மன்றச் சாலை, மாசி வீதிகள் வழியே விழா மண்டபத்தை அடைந்து விழாத் தொடங்கியது. பாவாணர் விழாத் தலைமையேற்றார். மாநாட்டு வரவேற்புக் குழுத் தலைவரும் மதுரை மாவட்ட உ.த.க. அமைப்பாளருமாகிய வையை நம்பி வரவேற்றார். முதல் நாள் நிகழ்ச்சியில் அறிஞர்கள் பதின்மர்பங்கு கொண்டனர். இரண்டாம் நாள் மாநாட்டு நிகழ்ச்சிகளாகப் பாவலரேறு பெருஞ்சித்திரனார் தலைமையில் பாட்டரங்கும், பண்மொழிப் புலவர் அப்பாத்துரையார் தலைமையில் அரசியல் அரங்கும், பேராசிரியர் தி.வை. சொக்கப்பனார் தலைமையில் வரலாற்றரங்கும் நிகழ்ந்தன. பாவலர்களும் அறிஞர்களும் பதினைவர்க்கு மேல் பங்கு கொண்டனர்.

‘தமிழே என் உயிர்’ என்னும் நாடகம் விழா நிறைவில் நிகழ்ந்தது புலவர் இறைக்குருவனார் நன்றியுரைத்தார்.

மூன்றாம் மாநாடு ‘மாந்தன் பிறந்தகம் குமரிநாடே’ என்னும் தீர்மானிப்பு மாநாடாகத் தஞ்சையில் நிகழ்ந்தது.

நான்காம் மாநாடு சென்னை பெரியார் திடலில் நிகழ்ந்தது (1978)

இவ்விடத்தில் உ.த.க. பற்றிய பாவாணர் கருத்துகள் சில குறிப்பிடத் தக்கனவாம்:

“தென்னிந்தியா முழுவதும் உ.த.க. கிளைகளைத் தோற்று விக்க வேண்டும்”

“மொழி வகையாலன்றி வேறொன்றிலும் நான் தலையிடேன்”

“உ.த.க. விற்கு மதவியற் கொள்கை இல்லை; கடவுளை நம்புவாரும் நம்பாதவரும் ஒருவரை ஒருவர் குறை கூறாது அதில் இருக்கலாம்”

“ஆட்சியைக் கைப்பற்றாமல் நாம் தனித்தமிழை வளர்க்கவோ வடமொழியினின்று தமிழை மீட்கவோ சின்னாபின்னமாகச் சிதறிக் கிடக்கும் தமிழினத்தை மீணடும் ஒன்று சேர்ந்து முன்னேற்றவோ முடியவே முடியாது”.

“தமிழ் நாட்டுப் பிரிவினை உ.த.க. கொள்கையன்று” – என்பவை சில.

தென்மொழி உ.த.க. இதழாயிருந்தது. பின்னர் முதன் மொழியும் அதன்பின் மீட்போலையும் உ.த.க. இதழ்களாயின. முறையே, இவற்றின் ஆசிரியர்கள் பேரா. தி. வை. செக்கப்பனாரும் பேரா. கு. பூங்காவனரும் ஆவர். அறிவு, தமிழம், வலம்புரி என்பனவும் உ.த.க. செய்திகளைத் தாங்கி வந்த இதழ்களாம்.

உ.த.க. வில் இருந்து பெருஞ்சித்திரனாரின் உலகத் தமிழ் முன்னேற்றக் கழகம் பிரிந்தது. பின்னர்த் ‘தமிழியக்கம்’ தமிழ்க் குடிமகனாரால் காணப்பட்டது. முன்னதன் இதழாகத் தென்மொழி தொடர்ந்தது. பின்னதன் இதழாகக் ‘கைகாட்டி’ ‘அறிவு’ கிளர்ந்து அமைந்தன. பாவாணர் வரலாற்றுக்கு ஏற்ற வகையில் இச் செய்திகளின் அளவில் அமைந்து உ.த.க. எழுச்சியாலும் உதவும் பான்மையாலும் உருவாகி, உதவியாகித் தமிழ் வளம் சேர்த்த பாவாணர் நூல் வெளியீட்டுதவிகளைப் பற்றிக் காணலாம்.

9
நூல் வெளியீட்டுதவி

பாவாணர் நூல்கள் பல உருவாக்கம் பெற்றிருந்தன. பதிப்பக வழியே அந்நூல்கள் வெளிவர இயலும். ஆனால் அதன் வாரத்தொகை (Royalty) மட்டுமே பாவாணர்க்கு உதவும். அத்தொகையைக் கொண்டு வேறுவருவாய் இல்லாத பாவாணர் இடரின்றி வாழ இயலாது என்னும் எண்ணம் அவர்தம் புலமையுணர்ந்த ஆர்வலர்களுக்கு உண்டாயது. அவர்க்கு உதவியாவதொடு, அவர் அறிவுவளம் தமிழுலகுக்கு உதவும் என்னும் பேருள்ளப் பெருக்கும் இணைந்து கொண்டதால் "பாவாணர்நூல் வெளியீட்டுக்குழு" என்னும் பெயராலும் வேறு வகையாலும் பாவாணர் நூல் வெளியீட்டுத் திட்டம் உண்டாயது.

ஏழை எளியவர்கள் ஒன்று இரண்டு என்று கொடுக்கவும் அதனைத் திரட்டித் தொகுக்கவும் வழங்கவும் நூல் வெளியிடவும் எனப் பணி தொடர்ந்தமையால் ஒரு குழு மூன்றாய், நான்காய் விரிந்தது. தனிப்பட்டவர் அறக்கொடையும் நூல் வெளியீட்டுக்கு உதவியது.

"திருச்சி மாவட்டம் பெரம்பலூர் வட்டம் செட்டிகுளம் பாவாணர் நூல் வெளியீட்டுக் குழுவின் கொடையால்" பண்டைத் தமிழ நாகரிகமும் பண்பாடும்' என்னும் நூல் வெளிவந்தது (1966)

முக் கூடல் அரிராம் சேட்டு நினைவுக் குழுவினர் பாவாணரின், "The Primary Classical Language of The world" என்னும் நூல் வெளியீட்டுக்கு உதவியதுடன் பெருவிழா எடுத்தும் பாராட்டினர் (1966). விழாத் தலைமை ஏற்றவர் முனைவர் இலக்குவனார். கொடை ஏற்பாட்டில் முன்னின்றவர் முனைவர் மெ. சுந்தரனார்.

திருச்சி மாவட்டம் செங்கைப் பகுதிப் பாவாணர் நூல்வெளியீட்டுக் குழுவின் கொடையால் 'தமிழ் வரலாறு', 'வடமொழி வரலாறு' என்னும் இரு நூல்களும் வெளியிடப்பட்டன. துறையூரில் தவத்திரு குன்றக்குடி அடிகளார் தலைமையில் சீரிய விழாவும் எடுக்கப்பட்டது. (1967)

திருச்சி மாவட்டம் புத்தனாம்பட்டி பாவாணர் நூல் வெளியீட்டுக் குழுவின் உதவியால் 'திருக்குறள் தமிழ் மரபுரை' வெளிவரும் என விழா மேடையிலேயே அறிவித்தார் பாவாணர் (1968).

கோவைசார்ந்த புன்செய்ப் புளியம்பட்டி மறைமலையடிகள் மன்றப் பாவாணர் நூல் வெளியீட்டுக்குழு" இந்தியாவில் தமிழ் எவ்வாறு கெடும்?" என்னும் நூல் வெளியிட உதவியது.

பாவாணர் மணிவிழாக்குழு என மதுரையில் தமிழ் எழுத்தாளர் மன்றச் சார்பில் உருவாகிய குழுவின் கொடையால் "தமிழ் வரலாறு" என்னும் நூல் வெளியிடப்பட்டது. (1972).

சிங்கப்பூர் முல்லைவாண முல்லைச் செல்வியர் தம் வழியேயும் தண்டல் வழியேயும் வழங்கிய கொடையால் "தமிழர் மதம்" என்னும் நூல் வெளியிடப்பட்டது (1972).

நெய்வேலி உலகத் தமிழ்க் கழக வழியால் "மண்ணில் விண் அல்லது வள்ளுவர் கூட்டுடமை" என்னும் நூல் வெளிவந்தது (1978).

சிங்கப்பூர் வணிகவியற் கல்லூரி முதல்வர் வெ. கோவலங் கண்ணனார் தம்மார்வக் கொடையால் வெளி வந்த நூல் 'இலக்கிய வரலாறு' என்பதாகும் (1979). இனி, திங்கள் கொடையாளர், ஆண்டுக் கொடையாளர், விழாக் கொடையாளர் எனப் பலர் இருந்தனர். சிக்கன வாழ்வும், எண்ணிச் செலவிடும் இயல்பும் கொண்ட பாவாணர்க்கு இக் கொடைகளில் பெரும் பகுதி நூல் வாங்கவே செலவாயது; நூல் வெளியீட்டு வகையால் அவ்வப்போது வந்த சிறு சிறு வரவுகளும் கொடைகளும் வீட்டு வாடகைக்கும் உணவுச் செலவுக்கும் ஓரளவால் உதவின. "என் நூல்களுக்கு உதவும் உதவியினும் என் ஊனுடைக்கு உதவும் உதவியே பெரிதாம். ஏனெனில் யான் இருந்தால்தானே நூலுருவாக்கம் செய்யவே முடியும்" என்பார் பாவாணர். நூல் விற்று உதவும் பேரில் ஏமாற்றியவர்களும் உண்டு. தொடர்பை விட்டவர்களும் உண்டு. அவர்களுக்கிடையே தூய நெஞ்சோடு உரிய தொகையை உரிய காலத்தில் உதவியவர்களும் உண்டு. அவர்கள் நூல் விற்றுத் தந்த தொகையை நன்கொடைத் தொகையாகவே பாராட்டி நன்றி தெரிவித்ததும் உண்டு.

'உதவியாளர்கள் என்ன பெருஞ்செல்வர்களா? வணிகத் தோன்றல்களா?' எனில் அரிதாக ஓரிருவர் இருக்கலாம். மற்றையவர்கள் அனைவரும் வறுமை வாழ்விலும் எளிமை நிலையிலும் இருந்து தம் நல்லெண்ணம், தமிழ் உணர்வு என்னும் கைகளால் கனிந்து வழங்கி-யவர்களே என்பது சுட்டத் தக்கதாம்.

○

10

தேடிவரும் திருவுக்கு மூலம்

ஐம்பான் ஆண்டுகள் வேர்ச்சொல்லாய்வில் செலவிட்டவர் பாவாணர்.

“வேர்ச் சொற்கள் சிறுவேரும் பெருவேரும் என இருவகைய, அவற்றுள் முன்னவை பன்னூற்றுக் கணக்கின. பின்னவை ஒரு நூற்றிற் குட்பட்டவை. இவ்வுண்மை என் கடந்த அரை நூற்றாண்டு மொழி-யாராய்ச்சியிற் கண்டது” (வேர்ச்சொற் கட்டுரைகள் முகவுரை); “ஐம்பான் ஆண்டாக மொழியாராய்ச்சி செய்து” (வே.சொ.க.202); “வாழ்நாள் முழுதும் வேர்ச்சொல் ஆராய்ச்சியில் முழுகிக் கிடந்த ஒருவன் “வே.சொ.க. முகவுரை) என்பவை பாவாணர் எழுத்துகள்.

பாவாணர் தாம் எடுத்துக்கொண்ட ஒரு கருத்தை நிறுவுவதற்கு நாட்டு வழக்கைக் காட்டுவார்; நாட்டின் உட்பிரிவாம் மாவட்ட வழக்கைக் காட்டுவார்; வட்டார வழக்கென்றும் சுட்டுவார்: உள் வட்டார வழக்கு-களையும், ஊர் வழக்குகளையும் குறிப்பார்; உலக வழக்கையும் குடிவழி தொழில் வழி வழக்குகளையும் தெரிவிப்பார். பொதுவாக வழக்கு என்று கூறும் அளவிலும் அமைவார். இவ்வாறு உலகியல் வழக்குகளிலும் செய்யுள் வழக்குகளிலும் தழும்பேறியவர் பாவாணர். உலகியல் வழக்குத் தேர்ச்சிக்கும் தொகுப்புக்கும் அடிக்களம் தமிழ் கூறும் பரப்பெல்லாம் தொடர்பிருத்தல். அத்தொடர்பு பாவாணர்க்கு இருந்ததா?

பாவாணர் பிறப்பும் உயர்பள்ளிக் கல்வியும் நெல்லை மாவட்டத்தவை; முகவை மாவட்டத்தில் பணிதொடங்கினார்; மதுரைத் தொடர்பும் மிக்கிருந்தது; பண்டிதத் தேர்வு பெற்றதும் மணிவிழாக் கண்டதும், காப்புக் கழகஞ் சார்ந்ததும், திருநகர்க் குடியிருப்பு அவாவியதும், தமிழ்ப்பாவை தமிழ் எழுத்தாளர் மன்ற நெருக்கமும் மதுரை சார்ந்தவை. தஞ்சை மாவட்டத்து மன்னர் குடிப்பணி சோழநாட்டுப் பரப்பைக் காட்டியது. திருச்சி வாழ்வு நடுமண்டலத்து நயப்பாட்டை அருளியது. சேலத்து வாழ்வு ஈரோடு கோவை நீலமலை இன்னவற்றையும் இணைத்தது; அண்ணாமலை நகர்வாழ்வும், ஆம்பூர் வாழ்வும் பணியும், வேலூர்க் காட்டுப்பாடி வாழ்வும் ஆர்க்காட்டு மாவட்டப் பெருக்கம் தந்ததே. இடை இடையும் கடைசி நாளும் சென்னை உறைவு செறிந்தது; எங்கும் அலைவு! எப்பொழுதும் அலைவு! பாவாணர் வாழ்வியலுக்கு இவ்வலைவுகள் இடரும் தடையும் இடையறாது

தந்தவையே. எனினும் எத்தனை எத்தனையோ வகைகளில் வட்டார வழக்குகளைத் தொகுத்துத் தமிழ் வைப்பாக்கிக்கொள்ள வாய்த்த வாய்ப்பு இவ்வலைவுகளால் நேர்ந்ததே. வழக்குகளைத் தெளியக் கண்டாரால் தாமே வழக்கற்ற சொற்களைப் பட்டியிட்டுக் காட்டமுடியும் வழக்கற்ற சொற் களையெல்லாம் ஒரு தனிச் சுவடியாக வெளியிட காட்டப்பெறும்'' என்று சொல்லாராய்ச்சிக் கட்டுரைகளில் சுட்டுகிறார். பாவாணர்(பக்.83)

பழமொழிகள் பதின்மூவாயிரம் தொகுத்தவர் பாவாணர். ஒரு சிறு சுவடியாகும் அளவுக்குப் பழமொழிகளைத் தம் நூலில் ஆட்சி செய்தவர் பாவாணர். பழமொழி பதின் மூவாயிரத்திற்கு ஆராய்ச்சி முன்னுரை மட்டும் 50 பக்க அளவில் வரைந்திருக்கிறார். அதன் வெளியீட்டுப் பொறுப்பை ஏற்றவர், அதனை வெளியிடவில்லை. அந்நூல் கைப்படி தானும் பாவாணர்க்கு வாராமலே ஒழிந்தது.

பழமொழிகள் மட்டுமா தொகுத்தவர் பாவாணர்? மரபுத் தொடர்கள். இணைமொழிகள் இன்னவற்றையும் தொகுத்தார். உயர்தரக்கட்டுரை இலக்கணத்தில் இணைமொழிகள் 403 ஐ-அகர முறையில் பட்டியலிட்டுக்காட்டுகிறார். (பக்.25) கட்டுரை வரையல் என்னும் உரை நடை இலக்கணத்தில் தொடர்மொழிகள் 221-ஐ அகர நிரலில் காட்டுகிறார் (பக்.99). தமிழ்நாட்டு விளையாட்டுக் கலையைத் தெளிந்தவர் பாவாணர். தனி நூலாக விளங்குகிறது அது; அதில் 58 வகை விளையாட்டுகள் சொல்லப்பட்டுள்ளன. பாவாணர் இசைக்கலைத் தேர்ச்சி முன்னரே அறிந்துள்ளோம். தமிழர் திருமணம், தமிழர்சமயம், தமிழ்நாட்டு அரசியல் வழக்கு, பண்பாடு நாகரிகம், தமிழ் வரலாறு, தமிழர் வரலாறு, வடமொழி வரலாறு இன்னவாறான வரலாற்றுக் கலைச் சீர்த்தியும் தனித்தனி நூலாகிய பெருமையன.

பாவாணர் தொகுத்து வைத்திருந்த அகர முதலி நூல்கள் ஒரு பத்தா? ஒரு நூறா? பன்மொழிப் புலவர் திரு. தேவநேயப் பாவாணர் அவர்கள் வீட்டில் எட்டு அலமாரிகளில் (நிலைப் பேழைகளில்) உலக மொழி-களிலுள்ள அகராதித் தொகுப்புகள் உள்ளன'' என்கிறார் ச.வே. சுப்பிரமணியனார் (செந். செல். 55: 275)

பாவாணர் அறிந்த மொழிகள்தாம் எத்தனை?

மலையாள இலக்கணப் புத்தகமும் Arabic English Vocabulary[2] மூர் அங்காடியில் வாங்கியனுப்பக் கோருகிறார் பாவாணர்(4-10-84)

'ஹிந்தி' பயில்கின்றேன் என்பதை 13-11-35 இல் குறிப்பிடுகிறார். Arabic grammer Hebrew grammar chinese self- taught grammar ஆகியவற்றை Higgin bothams வாயிலாய் வருவித்துக் தரவேண்டுகிறார். மராட்டி மொழி அகராதி மூர் அங்காடியில் 480 உரூபா விலையில்

பாவாணர் பெற்றார். எருதத்துறை அகரமுதலி மடலங்கள் அனைத்தும் (13 மடலங்கள்) கழிவுதள்ளி 1240 உரூபாவிற்கு வாங்கினார்.

பாவாணரின் மேலையாரியப் புலமை ஆங்கிலத் தமிழ்ச் சொற்கள் அறுநூறு என்னும் கட்டுரைக்தொடாராலும் வடவாரியப் புலமை வடமொழி வரலாற்றாலும் நன்கு தெளிவாம்.

திராவிட மொழிகள், இந்திய மொழிகள், உலக மொழிகள் ஆகியவற்றில் பெருமொழிகளாய் அமைந்த 23 மொழிகளின் இலக்கண அறிவும் பெற்றவர் பாவாணர்" என்பார் (ஊற்று: மாதிகை 9:1) பேரா. கு. பூங்காவனம்.

பாவாணரின் தமிழ் வரலாற்றில் குறிக்கப்படும் குறுக்க விளக்க மொழிப்பட்டியில் மொழிப் பெயர்கள் 58-உம் ஆங்கில குறுக்க விளக்க மொழிப்பட்டியில் மொழிப் பெயர்கள் 17-உம் ஆக 75 மொழிகள் இடம் பெற்றன. புன்மொழிதற்கும் கூர்த்த மூளை ஒருவர்க்கு இருக்குமானால் எளிமையாய் 50 மொழிகளைக் கற்றுக் கொள்ள முடியும்" என்னும் பாவாணர். தம் உரைக்குத் தாமே தக்க சான்றாக விளங்கினார் எனலாம்.

சொல்லாய்வுத் தூண்டல் பாவாணர்க்கு எவ்வாறு உண்டாயது? பள்ளியிறுதி, இடைநடுவு, கலையிளைஞர் முதலிய பல்வகைத் தேர்வு-களுக்கும் உரிய தமிழ்ச் செய்யுள் பாடங்கட்குத் தொடர்ந்த உரை அச்சிட்டு வரும் சில உரையாசிரியர்கள் தமது வரையிறந்த வடமொழிப்பற்றுக் காரணமாக, தென்சொற்களை யெல்லாம் வடசொற்களாகக் காட்டவே இவ்வுரை எழுந்தனவோ என்று தனித்தமிழர் ஐயுறுமாறு, கலை- கலா; ஆவீறு ஐயான வட சொல்; கற்பு- கற்ப என்னும் வட சொல்; சேறு- ஸாரம், என்னும் வடமொழியின் திரிபு; முனிவன்- மோனம் என்னும் வடசொல் அடியாகப் பிறந்தது; உலகு லோக மென்னும் வட சொல்லின் திரிபு; தாகம்-காக என்னும் வடசொல்; விலங்கு-திரியக்ஸ் என்னும் வடசொல்லின் மொழி பெயர்ப்பு எனப் பல தூய தென் சொற்களையும் வடசொற்களாக தமது உரைகளில் காட்டி வருவது பத்தாண்டுகளுக்கு முன் என் கவனத்தை இழுத்தது. உடனே அச் சொற்களை ஆராயத்தொடங்கினேன் என்கிறார் பாவாணர் (ஒப்பியன் மொழிநூல்: முகவுரை)

பாவாணர் ஆங்கிலத்தில் தமிழிற்கும் பொதுவானசில ஆங்கிலச் சொற்களைக் கண்டதும் ஆங்கிலச் சொற்களுக்கு மூலமாகவோ இனமாகவோ உள்ள சில இலத்தீன், கிரேக்குச் சொற்களைக் கண்டதும் மேலும் மொழி நூற்றுறையில் ஆடி இறங்கி அரும்பணி செய்து வந்ததும் இவரே தமிழ் மீட்பர் என்னும் எண்ணத்தைத் தமிழ்ப்பற்றாளர்க்கெல்லாம் ஊட்டியது. அவ்வூட்டுதமே எப்புலவர்க்கும் வாயாத அளவில் பாவாணர்க்குத் தொண்டர்படை ஒன்று உருவாக ஏந்தாயிற்று. அதன் விளைவே பல்வேறு வகை உதவிகளாகவும் அமைப்புகளாகவும் கிளர்ந்தன என்க.

11

அகர முதலித் திட்டம்

இனித் தென்மொழி வகுத்துத் தந்த செந்தமிழ்ச் சொற்பிறப்பியல் அகர முதலித் திட்டம் குறித்துக் காணலாம். அத்திட்டமாகவே, அது தோன்றிற்றில்லை. முத்திட்டடங்களுள் ஒன்று அது, அம்முத்திட்டங்களும் இவை.

க: அரசை அணுகி அதன் வழியாக அகரமுதலி வெளியிட ஏற்பாடு செய்தல்.

உ. பாவாணர் நூல் வெளியீட்டுக் குழுவின் வழியே நிறை வேற்றல்;

ங. தென்மொழித்திட்டத்தின் வழியாக நிறைவேற்றல் என்பவை அவை

முதலிரு திட்டங்களும் வெளிப்படை; அவற்றொடு மூன்றாம் திட்டத்தையும் தொகுத்துத் திரு. தமிழ்க் குடிமகனார் வழங்குகிறார்.

1970 திசம்பர் மாதத்திலேயே தென்மொழி வாயிலாகப் பெருஞ்சித்திரனார் ஓர் அருமையான திட்டத்தை வெளியிட்டார். அது மொழி ஞாயிறு தேவநேயப் பாவாணரின் செந்தமிழ்ச் சொற்பிறப்பியல் பேரகர முதலி உருவாக்க வெளியீட்டுத்திட்டம் என்பதாகும்.

அரசு பாவாணரைப் புரிந்துகொண்டு அவரது அறிவைப் பயன் படுத்த முன்வாராமையால் மக்களே அந்த முயற்சியை மேற்கொள்ள வேண்டிய சூழ்நிலை ஏற்பட்டது. தி.வை. சொக்கப்பா, பெருஞ்சித்திரனார், செந்தமிழ்க்கிழார் சின்னாண்டார், தமிழ்க்குடிமகன் ஆகிய ஐவர் கொண்ட குழு 1971 ஆம் ஆண்டில் தமிழக அமைச்சர் மாதவனைச் சந்தித்து வேண்டியும் ஒன்றும் நடக்கவில்லை.

எனவே, தென்மொழி இருநூறு உறுப்பினர்கள் கொண்ட ஒரு திட்டம் தந்தது. ஒவ்வொருவரும் மாதத்தோறும் உருபா 10.00 பாவாணர்க்கு விடுத்தல் வேண்டும். இதில் பாதி (உருபா 1000) பாவாணர் நூலை உருவாக்கத் துணைசெய்ய; மீதி ஆயிரம் பிற்காலத்தில் நூலை வெளியிட வேண்டிச் சேமித்து வைக்க என்பதாகும்.

வல்லான் வகுத்த வழி

தென்மொழியில் மொழிஞாயிறு தேவநேயப் பாவாணரின் செந்தமிழ்ச் சொற்பிறப்பியல் பேரகரமுதலி உருவாக்க வெளியிட்டுத் திட்டம் விரிவாக வகுக்கப்பட்டது (8-8-9: பக். 4-28) இத் திட்டத்தைத் தொகுத்து வல்லான் வகுத்த வழி என்றும் இறையருளால் தோற்றுவிக்கப்பட்டது என்றும் போற்றுகின்றார் பாவாணர்.

தென்மொழிவகுத்த திட்டத்தின் வகையில் இருநூற்றுக்கும் மேற் பட்ட உறுப்பினர்கள் சேர்ந்தனர். தொகையும் விடுத்து வந்தனர். பாவாணரும் ஊக்கமாக வேலை செய்யத் தொடங்கினார். திட்டக் காலம் 12-2-71 முதல் 29-2-76 முடிய என்று வரையறுக்கப்பட்டது. அகரமுதலி வெளியீட்டுக்கு உதவும் உறுப்பினர் இருநூற்றுவர் பட்டியல் வெளியிடப்பட்டது.

ஆயினும், ஒரு முறை இருமுறை என ஒரு பெருந்தொகை தரவல்ல உள்ளமுடையார்க்கும், தொடர்முறையாக உதவிவருதல் இடர் முறையாகவே அமைந்து விடுதல் உலகியல்; இது கண்கூடாகக் காணும் நடை முறையுமாம். அதனால், படிப்படியே உதவினோர் எண்ணிக்கை சுருங்குவதாயிற்று. திட்ட உறுப்பினருள் ஐயங்கிளத்தவும் தொடங்கி விட்டனர். அதனால் செ. சொ,பி அ. திட்ட அறிக்கை ஒன்று பாவாணரால் விடுக்கப்பட்டது (தென் மொழி 10:2-பக் 8)

“க. உறுப்பினர் இனிமேல் அடிக்கடி அகரமுதலித் தொகுப்பு வேலை நடப்பைப்பற்றி வினவிக் கொண்டிருக்க வேண்டியதில்லை. வட மொழியினின்றுதமிழை மீட்பதே ஆசிரியன் வாழ்க்கைக் குறிக்கோள். அதற்குத் தலைசிறந்த கருவி. செ. சொ. அகர முதலியே. இது வரையிலும் வேறு எம்மொழியிலும் வெளிவராத வகையிலும் தமிழிலும் வேறு எக்குழுவாலும் தொகுக்க முடியாத வகையிலும் அது பன்னிரு மடலாக வெளிவரும்.

உ. இது ஐயாட்டைத் திட்டமாகையால், ஐயாண்டு கழிந்த பின் வினவுக,

ங.ஐயாண்டு முடிவு முன்னரே முதன் மடல அச்சு வேலை தொடங்கும் என்கிறார். அகர முதலிப் பணியில் ஆழ்ந்த பாவாணர்க்குப் பல்வேறு அகர முதலிகளும் மாந்தவியல், திணையியல், தொல்லியல் தொடர்பான நூல்களும் தேவைப் பட்டன. தாம் தனிப்பட்டு எழுதியும் வெளியிட்டும் ஓராற்றான் வாழ்க்கையை நடத்த உதவிய நூற்பணி நின்றுவிட்டது. நூல் வெளியீட்டு உதவிகளுக்கும் ஓர் எல்லைதானே! தனிப்பட்ட அன்பர்கள் ஆர்வலர்கள் அமைப்புகள் ஆகியனவும் இயன்ற அளவான் உதவவே செய்வன! எனினும் “எல்லாம் ஒரு கால எல்லைக்கே” என்னும் நியதியே நியதியாயிற்று. ஆதலால் முழு

ஊன்றுதலும் அகர முதலிக்கே என்னும் நிலைமை தளர்கின்றது. பாவாணர்க்குப் பலப்பலரும் பணவுதவி செய்வதால் அரசுதவி தேவை இல்லை" என்று பரப்புநரும் உருவாகி விட்டனர்.

ஆயினும், அகரமுதலித் தொகுப்பும் ஆய்வும் விரைந்து நிகழா விடினும் ஓரளவான் நடந்து வருதல் அறியமுடிகின்றது.

இந்நிலையில், திருவாரூரில் திரு.வி.க படிமத் திறப்பு விழா நிகழ்ந்தது. இயற்றமிழ்ப் பயிற்றக ஏற்பாட்டில் நிகழ்ந்த அந்நிகழ்ச்சிக்கு முதல்வர் அருட்செல்வர் (கருணாநிதியார்) சென்றிருக்கிறார். அம்மேடையில் பாவாணர் பொழிவும் நிகழ்ந்தது.

அதனைப் பற்றிப் பாவாணர், "திருவாரூரில் நான் முதலமைச்சரைக் கண்டு பேசவில்லை. மேடையில் அரைமணி நேரம் சொற்பொழி வாற்றினேன். அதன்பின் முதலமைச்சர் உரை நிகழ்த்தும்போது செந்தமிழ்ச் சொற்பிறப்பியல் அகரமுதலிக்கு ஈரிலக்கம் ஒதுக்குவதாகச் சொன்னார். அது என்று எவ்வழி எவ்வாறு என்பது இன்னும் தெரிய வில்லை" என்கிறார். பின்னர், 8.5.74 இல் பாவாணர் இயக்குநராக அமர்த்தம் பெற்றார்.

"இறைவனருளால் நான் தமிழ்நாடு அரசால் செந்தமிழ்ச் சொற்-பிறப்பியல் அகர முதலித் திட்ட இயக்குநராக (Director) 1500 உருபாச் சம்பளத்தில் நாலாண்டிற்கு அமர்த்தப்பட்டுள்ளேன்" என்கிறார். மேலும்,

"அரசு இயக்குநராக அமர்த்தியும் உடனடியாக அலுவலகம் தரவில்லை. பணி உதவியாளர், அலுவலக உதவியாளர் ஆகியோர் அமர்த்தம் ஆகவில்லை."

"இத் திட்டத்தை யேற்படுத்தி நான்கு மாதமாகியும் இன்னும் அலுவலகத்திற்கும் இடம் ஒதுக்காமை மிக வருந்தத்தக்க செய்தி" என்கிறார் பாவாணர்.

மேலும் "இத்திட்டத்தைச் சட்டசபையில் உறுதிப்படுத்திய பின்னரே என்னையும் கீழ் நிலைப் பணியாளரையும் அமர்த்தியிருத்தல் வேண்டும். அது செய்யாமையால் இன்னும் எனக்கும் பிறர்க்கும் சம்பளம் வரவில்லை" என்றும் வரைகிறார்.

பாவாணர்க்கு ஆயிரம் ஆயிரமாக நூல்கள் வேண்டும் தேவை. பன்மொழி அகர முதலிகள், கலைக்களஞ்சியங்கள், திணைநூல்கள் வேண்டும். ஆனால் அரசு ஆண்டுக்கு உருபா 200 நூல் வகைக்கு ஒதுக்கியது. தம் கைப்பணம் செலவிட்டு நூல் வாங்கினார் பாவாணர். காலமெல்லாம் அந்நிலையே நீடித்தது. பாவாணர் அகர முதலியின் தனித்தன்மைகள்:

1. இந்நாள் வரை வெளிவந்துள்ள தமிழ் அகர முதலிகளிலெல்லாம் இல்லாத எல்லாச் சொற்களையும் இயன்றவரை எடுத்துக்காட்டிப் பொருள் கூறுதல்

2. ஏனை அகர முதலிகளிலுள்ள தவறான சொல் வடிவங்களைத் திருத்துதல்.

3. ஏனை அகர முதலிகளிலுள்ள சொற்களுக்கு விடுபாடுள்ள பொருள்களையெல்லாம் இயன்ற வரை எடுத்துக் கூறுதல்

4. ஏனை அகர முதலிகளிலுள்ள தவறான பொருள்களைத் திருத்துதல்

5. எல்லாப் பொருள்களையும் ஏரண முறைப்படி (தருக்க முறைப்படி) வரிசைப் படுத்திக் கூறுதல்

6. எல்லாச் சொற்களுக்கும் இயன்றவரை திராவிட – ஆரிய இனச் சொற்களைக் காட்டுதல்.

7. எல்லாச் சொற்களுக்கும் இயன்றவரை வேருடன் கூடிய வரலாறு வரைதல்.

8. ஏனை அகர முதலிகளிற் குறிக்கப்பட்டுள்ள தவறான மூலங்களைத் திருத்துதல்.

இவ்வெட்டு வகைத் தனித்தன்மைகளையும் கொண்டது பாவாணர் அகர முதலி. அதன் பயன்களும் பலவாம்.

செந்தமிழ்ச் சொற்களுக்குச் சொன்மூலம் மட்டுமன்றிச் சொன்மூலகத்திற்கு மூலமான ஆணிவேர், பக்கவேர், சல்லிவேர், மூலங்களும் காணலாம். தமிழ் மொழியிலிருந்து உலக மொழிகளுக்குக் கிளைத்துச் சென்ற இன மொழி மூலங்களும் காணலாம். அவற்றுக்குரிய சொற்பிறப்பியல் நெறியீடுகளை வகுத்துத் காட்டுதலை அறியலாம். சமற்கிருதம் உள்ளிட்ட இந்து ஐரோப்பிய மொழிகள், சீனம், சப்பானியம், மங்கோலியம், ஆப்பிரிக்கம், ஆத்திரேலியம் முதலிய மொழிகளின் அடிப்படைச் சொல்வளத்தில் தமிழ்ச் சொற்களின் வேர் அமைந்துள்ளமையைத் தெரியலாம். செந்தமிழ்ச் சொற்பிறப்பியல் ஒரு தனி மடலமாக வெளிவருதலால் அந்நெறி முறைகளைத் தெளியலாம். இந்திய அகர முதலிகளுக்கு வழிகாட்டியாகவும், உலகமொழிகளின் தாய், தமிழ் மொழியே என்பதை அறிவியல் முறையில் நிறுவிக் காட்டுவதாகவும் இருத்தலால் மகிழலாம். பாவாணர்க்கு முழுதுற உதவிபுரிந்து இதனை ஒருங்கே எய்தும் பேறு தமிழுலகுக்கு இல்லாமல் ஒழிந்தது.

அவர் காலத்தில் அவர் விரும்பிய துணைகளோ, உதவிகளோ வாய்க்க வில்லை. அவர் எழுதி முடித்த முதல் மடலமும் அச்சேறிற்றில்லை.

அதனை எவ்வாற்றேனும் ஆறாம் உலகத் தமிழ் மாநாட்டுக்கு முன் (1981 சனவரி) அச்சிட்டு முடிக்கப் பேரவாக் கொண்டார் பாவாணர். அம்மடலம் ஒன்றைக் காட்டியேனும் உலகப் பேரறிஞர் உள்ளத்தைத் தமிழ் வளத்தின் பால் திருப்ப முயன்றார். அது நிறைவேறாமையால் தாம் எழுத விருந்த "The Lemurian Language and its Ramifications" என்னும் நானூறு பக்க நூலில் சுருக்கமான 52 பக்கத் தட்டச்சுப்படியை நெய்வேலி பாவாணர் தமிழ்க் குடும்ப உதவியுடன் உலகப் பேரறிஞர்களுக்கு இலவசமாக வழங்கினார். அவரால் இயன்றது அதுவே.

❍

12
விழாவும் விருதும்

சேலம் தமிழ்ப் பேரவை பாவாணர் தமிழ்த் தொண்டினைப் பாராட்டித் 'திராவிட மொழிநூல் ஞாயிறு' என்னும் பட்டமும் வெள்ளித் தட்டமும் வழங்கிப் பாராட்டியது. விழாவுக்குத் தந்தை பெரியார் தலைமை தாங்கிச் சிறப்பித்தார் (1955)

1960-இல் தமிழ் நாட்டு அரசின் சார்பில் ஆளுநரால் பாவாணரின் ஆட்சித் துறைக் கலைச்சொல்லாக்கம் குறித்துப் பாராட்டுச் செப்புப் பட்டயம் வழங்கிச் சிறப்புச் செய்யப்பட்டது.

மதுரை, தமிழ்க் காப்புக் கழகம் பாவாணர்க்குத் 'தமிழ்ப் பெருங்-காவலர்' என்னும் விருது வழங்கிச் சிறப்புச் செய்தது. காப்புக் கழகத் தலைவர் பேரா. சி. இலக்குவனார் விருது வழங்கிப் பாராட்டினார் (1964)

மதுரை எழுத்தாளர் மன்றச் சார்பில் பாவாணர்க்குப் பொன்னாடை யளித்துப் பெருவிருந்தும் வழங்கப்பட்டது (1961). பின்னர் அம்மன்றம் பாவாணர்க்கு 'மணிவிழா' எடுத்துக் பொற்கிழி வழங்கிச் சிறப்பித்தது. தலைவர் கருமுத்து தி. சுந்தரனார். செயலர் பர்.மெ. சுந்தரனார். பொருளாளர் பு. மனோகரனார் ஆவார்.

மணிவிழா 8-9-67-இல் நிகழ்ந்தது. திரு.கி. ஆ.பெ. விசுவநாதம் விழாத்தலைமை ஏற்றார். கருமுத்து தியாகராசர், கலைஞர் கருணாநிதி, குன்றக்குடி. அடிகளார், அமைச்சர் முத்துசாமி ஆகியோர் வாழ்த்துரைத்தனர். பாவாணர் விழாவுக்கு வராமையால் பொற்கிழியையும் மொழிநூல் மூதறிஞர் என்னும் பட்டம் பொறிக்கப்பட்ட தட்டத்தையும் தலைவரிடமே வழங்கினார். விழா நாயகர் விழாவில் கலந்து கொள்ளாமலே விழா திட்ட மிட்டபடி நிகழ்ந்தது. விழா நாளுக்கு மறுநாளே (9-9-67) பாவாணர்க்கு அழைப்பு எய்தியதே காரணமாம்.

"இன்று சென்னையினின்று திரும்பப் பெற்ற அழைப்பிதழ் இங்கு வந்து சேர்ந்தது. என்ன பயன்? ஒருவரா, இருவரா, சிறுவரா, எளியரா விழாவின் என்னைச் சிறப்பிக்க வந்தவர் எத்துணைப் பெரியார், எத்துணை அரிய நேரத்தை எனக்காகச் செலவிட்டனர். இங்ஙனம் பல பெரியார் ஒன்று கூடல் எளிதா? நான் வராமையால் என்னைப் பற்றி அவர்

எத்துணையோ தவறாகக் கருதி என்னை வெறுத்துமிருப்பரே! இவ்விழா ஏற்பாட்டிற்கு எத்துணைக் காலமும் முயற்சியும் தங்கட்குச் சென்றன. அவ்வளவும் வீணாயிற்று!

இதையெல்லாம் நினைக்கும்போது என் நெஞ்சம் எத்துணைப் புண்படுகிறது. பிற புலவர்க்குப் பெரியவர் பலர் சேர்ந்தால் அதில் வியப் பொன்றுமில்லை. எளிய நிலையில் இருப்பவனும் முகமன் கூறிப் பிறரைப் புகழும் இயல்பில்லாதவனும் புலவரும் விரும்பாத தனித்தமிழ் நடை-யினனும், ஆரியத்தை வன்மையாய் எதிர்ப்பவனும் ஆகிய என்னைப் பாராட்ட பலர் கூடினர் எனின் அது வியப்பினும் வியப்பாம்'' என்கிறார் பாவாணர் (9-9-67 வி.அ.கருணை)

விழாவுக்கு அறிஞர் அண்ணா வாழ்த்து விடுத்தார். ''திரு.தேவ நேயப் பாவாணரின் மணிவிழா நடப்பதறிந்து பெருமகிழ்ச்சி கொள்கிறேன். பாவாணர் தமிழ் மொழிக்கும் நாட்டுக்கும் இடைவிடாத நற்றொண்டாற்றி நம் அனைவரின் நிலையினையும் உயர்த்தியவர். அவருடைய புலமையும், தெளிவும் துணிவு மிக்கது. தமிழ் மொழியின் தூய்மையும் வளமும் எத்தகையது என்பதனை ஆய்ந்தறிந்து தெரிவித்த பெருமகனாரிடம் தமிழிடம் பற்றுக் கொண்ட எவர்க்கும் பெருமதிப்பு ஏற்படாதிருக்க முடியாது. தமிழ்ப் பெரு நூல்கள் தமிழரால் நன்கு கற்று உணரப்பட்டு, தமிழ் நெறியில் தமிழர் நின்று வென்றிடல் வேண்டுமென்பதில் தளராத விருப்பம் கொண்டோர்க்கெல்லாம் பாவாணரின் புலமை நம்பிக்கை தந்து வருகின்றது.

பாவாணர் மேலும் பல ஆண்டுகள் இனிது வாழ்ந்திருந்து தமிழ் மொழிக்கான தொண்டாற்றி வருதல் வேண்டும் என்ற வேண்டு கோளே, அவருக்காக நடத்தப்படும் மணிவிழா நிகழ்ச்சியின் போது நான் எடுத்துக் கூறும் நல்லெண்ணச் செய்தி என்பதனைத் தெரிவித்துக் கொள்கிறேன். வாழ்க பாவாணர்! வெல்க தமிழ்.''

அன்பன்

அண்ணாதுரை

கலைஞர் கருணாநிதி வழங்கிய பாராட்டு :

பாவாணர் தமிழுக்குச் செய்த பணியினையும் தொண்டினையும் பாராட்ட மதுரையிலுள்ள என் உழுவலன்பர்கள் இந்த விழா எடுத்தது கண்டு மிக மிக மகிழ்கின்றேன்.

பாவாணரை நினைக்கும் போது அவரது தமிழ்த்தொண்டும் வீறு கொண்ட உருவமும், முறுக்கி விடப்பட்ட மீசையும், தமிழ்ப் பகைவர் கண்டு நடுங்கும் தோற்றமும் என் கண்ணெதிரே நிற்கின்றன. தமிழுக்கும்

தமிழர்க்கும் தமிழகத்தின் எதிர்காலத்திற்கும் பாவாணர் ஆற்றியுள்ள பணிகளைப் பாராட்டும் வகையில் இவ்விழா கொண்டாடப் பெறுகின்றது.

தமிழ் வளர்த்த சேர சோழ பாண்டிய மன்னர்களின் வழியைப் பின்பற்றித் தமிழ் அறிஞர்களின் வழியைப் பின்பற்றித் தமிழ் அறிஞர் களுக்குத் தலைவணங்கி மரியாதை செலுத்துகின்றோம்.

மு. கருணாநிதி.

பறம்புமலைப் பாரி விழாவில் பாவாணர்க்கு 'செந்தமிழ் ஞாயிறு' என்னும் சிறப்பு விருது வழங்கித் தவத்திரு குன்றக்குடி அடிகளார் பாராட்டினார்.

1970இல் பாவாணர் சொல்லாய்வு நலம் பாராட்டிச் சைவ சித்தாந்த நூற்பதிப்புக் கழகம் வெள்ளித் தட்டம் வழங்கிப் பட்டுப் போர்த்திப் பாராட்டியது.

13–7–74–இல் சென்னை மாநகர மருத்துவக் கல்லூரி மாணவர்கள் கலைவாணர் அரங்கில் நடத்திய முத்தமிழ் மாநாட்டில் பாவாணர்க்குப் பாராட்டு விழா சீரும் சிறப்புமாக நிகழ்த்தினர். விழாவிற்குத் திரு. ஏ.எல். சீனிவாசன் தலைமை தாங்கினார். அறிஞர் பலர் வாழ்த்தினர்.

செந்தமிழ்ச் செல்வர் விருது:

1979-ஆம் ஆண்டு சனவரித் திங்கள் 15-ஆம் நாள் திருவள்ளுவர் நாளன்று வள்ளுவர் கோட்டத்தில் தமிழுக்குத் தொண்டு செய்த பெரு-மக்கள் ஐவருக்குச் 'செந்தமிழ்ச் செல்வர் என்னும் பட்டம் வழங்கிச் சிறப்பித்தது அரசு. அப்பட்டம் பெற்றவருள் ஒருவர் பாவாணர்; பிறர், தி.சு. அவிநாசி லிங்கனார், கா.அப்பாத் துரையார், ம.ப. பெரியசாமி தூரன், வ. சுப்பையா என்பவர். முதல்வர் ம.கோ. இராமச்சந்திரனார் (எம்.ஜி.ஆர்.), பொன்னாடை போர்த்தி நினைவுத் தட்டமும் விருதும் வழங்கினார்.

"வாழ்நாள் முழுவதையும் தமிழ் வளர்ச்சிக்கும் தமிழ் ஆராய்ச்சிக்குமே ஒதுக்கிய இத்தமிழ்ப் பெருமகனாரைப் பாராட்டி இத் திருவள்ளுவர் திருநாளில் 'செந்தமிழ்ச் செல்வர்' என்னும் சீரிய விருதினைத் தமிழ் நாடு அரசு வழங்கி மகிழ்கிறது" என்பது விருதின் நிறைவுப் பகுதி.

13

அறிவிப்பும் அறைகூவலும் - சில

என் தமிழ்த்தொண்டு இயன்றது எங்ஙனம்?

“1938-இல் நான் திருச்சிப்புத்தூர் ஈபர் மேற்காணியர் உயர் நிலைப் பள்ளியில் தலைமைத் தமிழாசிரியராக இருந்தபோது திரு(சி) அரச கோபாலாச்சாரியார் தமிழ்நாட்டு முதலமைச்சராகி இருநூறு உயர்நிலைப் பள்ளிகளில் இந்தியைக் கட்டாயப் பாடமாகப் புகுத்தினார். உடனே தமிழர் எதிர்ப்பு எழுந்தது. இந்தி புகுத்தப்பட்ட பள்ளிகட்குமுன் மறியல் செய்த தமிழ்த் தொண்டர் சிறையில் இடப்பட்டனர். பெரியாரும் அதற்காளா யினார். முறைப்பட்ட தமிழ்க்காப்பு. வகுப்பு வேற்றுமைக் கிளர்ச்சியாகத் திரிக்கப்-பட்டது. சிறைத் தண்டனையுற்ற தமிழ்த் தொண்டரின் தற்காப்பிற்காக ‘ஒப்பியன் மொழி நூல் முதற்புத்தகம் முதற்பாகம்’ என்னும் நூலை எழுதினேன். ஆயின், அதனை வெளியிடத் தமிழ்ச் செல்வரும் தமிழ்க் கட்சித் தலைவரும் முன் வரவில்லை; சிறு தொகையும் உதவவில்லை. அதனால் என் அடங்காத் தமிழ்ப் பற்றும் மடங்காத் தன்மானமும் என் கைப் பொருள் கொண்டு அதனை வெளியிட்டு ஓராயிரம் உருபா இழக்கச் செய்தன. அங்ஙனந் தாங்கொணாச் சூடு கண்டதினால் அதன் பின் என் சொந்தச் செலவில் எத்தகைய நூலையும் வெளியிட மிகவும் அஞ்சினேன். துணிந்து வெளியிடப் பொருளும் என்னிட மில்லை.

அந்நிலையில் இலக்கணம், சொல்லாராய்ச்சி, மொழியாராய்ச்சி, அரசியல், வரலாறு, விளையாட்டு முதலிய இலக்கியப் பொருள் பற்றியனவும், புல மக்களன்றிப் பொதுமக்கள் வாங்காதனவும் விரைந்து விலையாகாதனவும், ஆரிய வெறியர்க்கு மாறானவும், வெளியீட்டிற்கும் பெருஞ் செலவும் செய்ய வேண்டியனவும், சிறியவற்றோடு பெரியவுமான இயற்றமிழ் இலக்கணம், சொல்லாராய்ச்சிக் கட்டுரைகள், திரவிடத்தாய், சுட்டுவிளக்கம், முதற்றாய்மொழி, பழந்தமிழாட்சி, மாணவர்உயர்தரக் கட்டுரை இலக்கணம் (2பாகம்), என்னும் எண்ணூல்களோடு நான் ஏற்கனவே வெளியிட்ட கட்டுரை வரைவியல் என்னும் நூலையும் திருநெல்வேலி தென்னிந்திய சைவசித்தாந்த நூற்பதிப்புக் கழக ஆட்சி மேலாளரான தாமரைத் திரு.வ.சுப்பையாப்பிள்ளை அவர்கள் வார முறையில் ஒவ்வொன்றாக வெளியிட்டு விற்புவிலையில் ஒப்பந்தத்திற்

கேற்ப உரிமைத் தொகையும் ஆண்டிற்கிருமுறை கணித்து ஒழுங்காக அனுப்பி வந்திருக்கின்றார்கள்.

இதனால் நான் ஒருபோதும் வெளியிட்டிருக்க முடியாத பல அரிய நூல்கள் வெளிவந்து என்பெயர் உண்ணாடும் வெளிநாடும் பரவியதுடன் என் தமிழ்த் தொண்டும் பல மடங்கு சிறந்து வந்திருக்கின்றது. அவர்கள் ஒப்பந்தப்படி விடுத்து வந்த அரையாட்டைத் தொகை என் குறைந்த சம்பளக் காலத்தும், வேலையில்லாக் காலத்தும் பெரிதும் உதவிய தென்பதை நான் சொல்லவேண்டுவதில்லை. அதோடு அவ்வப்போது நான் செந்தமிழ்ச் செல்விக்கு விடுத்த வேர்ச்சொல் பற்றிய என் உரிமைக் கட்டுரைகட்கும் அவர்கள் அளித்து வந்த அன்பளிப்புத் தொகை எனக்குப் பேருதவியாயிருந்த தென்பதைச் சொல்லாமல் இருத்தற்கில்லை.

இனி அவர்கள் என் சொந்த வெளியீடான 'தமிழ் வடமொழி வரலாறு, இந்தியால் தமிழ் எவ்வாறு கெடும்? வண்ணனை மொழிநூலின் வழுவியல், திருக்குறள் தமிழ் மரபுரை' என்னும் நூல்கள் அச்சான போதும், மறைமலையடிகள் நூல் நிலையத்தில் தங்க இடம் தந்தும், இறுதிப்படிவ மெய்ப்புக்களையெல்லாம் மூலத்துடன் ஒப்புநோக்கிப் பொறுமையாகவும் செவ்வையாகவும் திருத்திக் கொடுத்தும், அச்சானவுடன் அழகாகக் குறித்த காலத்திற்குள் கட்டடம் செய்வித்தும், அனுப்பச் சொன்ன இடங்கட் கெல்லாம் தப்பாது அனுப்புவித்தும், வேண்டும்போதெல்லாம் வேண்டிய அளவு கடன் தந்துதவியும் பல்வேறு வகையிற் செய்து வந்த உதவியும் வேளாண்மையும் முற்றச் சொல்லுந்திறத்த அல்ல.

இங்ஙனம் பல வகையிலும் என் தமிழ்த் தொண்டை இயல்வித்து மும்மொழிப் புலமை செம்மையிற் பெற்ற நிறைபுல முடியாம் மறை மலையடிகளும் என்னை உளமுவந்து பாராட்டுமாறு செய்த திரு.வ. சுப்பையா பிள்ளை அவர்கட்கு நான் செய்யக் கூடிய கைமாறு, உலகத் தமிழ்க் கழக உறுப்பினரையும் ஏனைத் தமிழன்பரையும் என்றும் சைவசித்தாந்த நூற்பதிப்புக் கழக வெளியீடுகளையே வாங்கியும் வாங்குவித்தும் அவர்கள் வெளியீட்டுக் கலைவெற்றியை வியந்தும் நயந்தும் இன்னும் கழி பல்லாண்டு கட்டுடம்புடன் வாழ்ந்து அவர்கள் தங்கள் செந்தமிழ்த் தொண்டைத் தொடர்ந்து செய்யுமாறு ஊக்கிவர வேண்டுமென்று ஆர்வத்துடன் வேண்டிக்கொள்வதே யன்றி வேறன்று

ஈ.வே.இரா. பெரியாருக்குப் பாவாணர்
விடுக்கும் வெளிப்படை வேண்டுகோள்:-

தமிழ் நாட்டுத் தந்தை ஈ.வே.இரா. பெரியார் அவர்கட்கு ஞா. தேவநேயன் எழுதுவது:வேண்டுகோள்.

அன்பார்ந்த ஐயா

வணக்கம்.

தாங்கள் இதுவரை அரை நூற்றாண்டாகக் குமுகாய (சமுதாய)த் துறையிலும் மதத்துறையிலும் தமிழ்நாட்டிற்குச் செய்துவந்த அரும் பெருந்தொண்டு அனைவரும் அறிந்ததே. ஆயின், மொழித்துறையில் ஒன்றும் செய்யவில்லை. ஒரு நாட்டு மக்கள் முன்னேறும் ஒரேவழி அவர் தாய்மொழியே. ஆசிரியப் பயிற்சிக் கல்லூரி தாங்களே ஒன்று நிறுவினீர்கள். ஆங்கிலக் கலைக் கல்லூரி ஒன்றிற்கு ஐந்திலக்கம் உருபா மானியமாக உதவினீர்கள். இந்நாட்டு மொழியாகிய தமிழை வளர்க்க ஒரு கல்லூரியும் நிறுவவில்லை.

ஆதலால், தங்கள் பெயர் என்றும் மறையாமலும் தங்கள் தொண்டின் பயன் சிறிதும் குறையாமலும் இருத்தற்குக் கீழ்க் காணுமாறு பெரியார் தென் மொழிக் கல்லூரி எனச் சென்னையில் ஒரு கல்வி நிலையம் இயன்ற விரைவில் நிறுவுமாறு தங்களை வேண்டுகின்றேன்.

திட்டம்

தமிழையும் அதன் வழிப்பட்ட மலையாளம், கன்னடம், தெலுங்கு, குடகு, துளு, கோத்தம், தோடம், கோலாமி, நாய்க்கி, பர்சி, கடபா, கோண்டு, கொண்டா, கூய், குவீ, குருக்கு, மாலத்தோ, பிராகுவீ என்னும் பதினெண்-திரவிட மொழிகளையும் தமிழ் வாயிலாகவும் ஆங்கில வாயிலாகவும் கற்பித்தல்.

மதம் கற்பிக்கப்படாது. கடவுள் வாழ்த்துப்பாடப்பெறாது. அதற்கீடாகப் பெரியார் வாழ்த்து அல்லது புகழே பாடப்படும். கல்லூரி நடப்பிற்குரிய சட்டத்திட்டங்களைத் தாங்களே அமைத்துத் தரலாம்.

ஆசிரியர் குழு:

முதல்வர்:- பேரா.தி.வை. சொக்கப்பா எம்.ஏ., எல்.தி.

தமிழ்ப் பேராசிரியர்: ஞா தேவநேயன்.

துணைவர்: தமிழ் மறவர் வை. பொன்னம்பலனார்.

பிறமொழிகட்குத் தகுந்த ஆசிரியர் விளம்பரம் செய்து அமர்த்தப் பெறுவர்.

மாணவர்

பள்ளியிறுதி அல்லது அதற்குச் சமமான தேர்வு. முதல் வகுப்பில் தேறிய ஐம்பதின்மர் குல, மத, கட்சி, இன, நாடு வேறுபாடின்றித் தெரிந்தெடுக்கப் பெறுவர்.

வெளியூர் மாணவர்க்கும் வெளிநாட்டு மாணவர்க்கும் உண்ணவும் தங்கவும் விடுதியிருக்கும்.

கல்விக் கட்டணமும் விடுதிக் கட்டணமும் பின்னர்த் தெரிவிக்கப்படும்.

மானியம்

சென்னையில் சூழ்நிலத்தொடு கூடிய மாளிகையொன்றும் ஐந்திலக்கம் உருபாவும்.

கடவை (COURSE)

இலக்கணம், இலக்கியம், மொழிநூல், ஏரணம் (LOGIC), இசை, நாடகம் என்னும் ஆறும் ஐந்தாண்டு கற்பிக்கப் பெறும்.

பின் மூன்றும் தமிழிலேயே நடைபெறும்.

பாடத்திட்டம் பின்னர் வகுக்கப் பெறும்.

பயன்

தமிழ் வடமொழியினின்று மீட்கப் பெற்றுத் தூய நடையில் கற்பிக்கவும் உலக முழுதும் பரப்பவும் பெறும்.

தமிழரும் திரவிடரும் ஆரிய அடிமைத்தனம் அடியோடு நீக்கி முன்னேற்றப் பாதையில் அடியிட்டு விரைந்து நடப்பர்.

ஐயாட்டைக் கடவை முடித்துப் பட்டம் பெற்ற மாணவர் உள் நாட்டிலும் வெளிநாட்டிலும் மொழியாசிரியரும் மொழி நூலாசிரியரும் இசையாசிரியரும் நாடகவாசிரியருமாகப் பணியாற்றும் வாய்ப்பும் பெறுவர்.

அன்பன்
ஞா. தேவநேயன்.

வெளிப்படைக் கடிதம் (AN OPEN LETTER)

கருநாடக மாநில முதல்வர் மாண்புமிகு வீரேந்திரப் பட்டில் அவர்களுக்குப் பாவாணர் வெளிப்படைக் கடிதம் ஒன்று ஆங்கிலத்தில் விடுக்கிறார். "வாத்தல் நாகராசு என்பார் (சட்டமன்ற உறுப்பினர்) தமிழகத்தொடு சேர்ந்துள்ள தாளவாடியைக் கன்னட நாட்டொடு சேர்க்க வேண்டுமென்று கிளர்ச்சி செய்து வன்முறையாளரொடு தாளவாடியுள் புகுந்தார். தமிழர்க்கு இன்னல் விளைத்தார். அவரைத் தமிழ் நாட்டரசு சிறை வைத்தது. அவரை விடுவிக்கப் பட்டில் முயன்று கொண்டிருக்கும் போதே, வன்முறைக் கும்பல் வெங்காலூர்க் கடைவீதியிலும் குடியிருப்பு-களிலும் உள்ள தமிழர்களையும் சுற்றுலாச் சென்ற தமிழர்களையும் கண் மூடித்தனமாகத் தாக்கிப் பேரழிவும் பேரிழப்பும் செய்வித்தது. இதனைக்

கண்டு கொள்ள முயலாத பட்டீல், நாகராசு சிறை வீட்டுக்கு முயன்றது போல், அதில் வெற்றி கண்டதுபோல், தமிழர்க்குப் பாதுகாப்பு ஏன் தரவில்லை" (8-5-70) என்று வலியுறுத்தி எழுதினார். உ.த.க. என்பது தமிழ்க் காப்பு, தமிழ் வளர்ப்பு பற்றிய அமைப்பு மட்டுமன்று; தமிழினக் காப்பு அமைப்புமாம் என்பதை மெய்ப்பித்தவர் பாவாணர். சங்கச் சான்றோர் செய்த அமைதிப் பணிகள், தூதுச் செலவுகள், இடிப்புரைகள். இன்னவற்றைப் பயில்வார் பாவாணரைச் சங்கச் சான்றோர் வரிசையராக எண்ணுவர் என்பது தெளிவு.

பிறந்த நாட் செய்தி:

இந்து மாவாரியில் மூழ்கியுள்ள குமரிக் கண்டத் தென்கோடியில் கி.மு. 50,000 (ஐம்பதினாயிரம்) ஆண்டுகட்கு முன்பே முழுவளர்ச்சி அடைந்த தமிழ், உலக முதல் உயர்தனிச் செம்மொழியும் திராவிடத்தாயும் ஆரிய மூலமும் ஆகும். தேவமொழி என்று ஏமாற்றித் தமிழகத்திற் புகுத்தப்பட்ட சமற்கிருதம் என்னும் வட மொழியாலேயே தமிழ் தாழ்த்தப் பட்டது. அதனால், தமிழனும் தாழ்த்தப்பட்டான்.

தமிழன் மீண்டும் முன்னேறுதற்குத் தமிழ் வடமொழியினின்றும் விடுதலையடைதல் வேண்டும். வடமொழியினின்று தமிழை மீட்பதே என் வாழ்க்கைக் குறிக்கோள். **தமிழ் உயர்ந்தால்தான் தமிழன் உயரமுடியும்.** அதற்குத் தமிழர் இனி எல்லா வகையிலும் தமிழையே போற்றுதல் வேண்டும். முதற்கண் தமிழர் அனைவரும் தமிழ்ப் பெயரே தாங்கல் வேண்டும்.

ஆண்டில் ஒரு நாளைப் 'பெயர் மாற்றத் திருநாள்' என்று இனி ஆண்டுதோறும் கொண்டாடி வருவது நன்று. பிறந்த அண்மையிற் பிறமொழிப் பெயர் பெற்றவரெல்லாரும் அந்நாளில் தம்பெயரைத் தனித்தமிழ்ப் பெயராக மாற்றிக் கொள்ளலாம். அதை இல்லத்தில் விழாவாகக் கொண்டாடுவதுடன் ஊர்வலத்தாலும் ஊரார்க்கு அறிவிக் கலாம்.

தமிழ்ப் பெயர் தாங்குபவரே உண்மைத் தமிழராவார். தமிழ்ப் பெயர் ஏற்றபின் தமிழிலேயே திருமணத்தையும் இருவகைச் சடங்குகளையும் செய்தலும் செய்வித்தலும் வேண்டும்.

கடவுள் நம்பிக்கையுள்ளவர் திருவழி பாட்டையும் தமிழிலேயே ஆற்றுதல் வேண்டும். இங்ஙனம் தொடர்ந்து செய்துவரின் இன்னும் ஐந்தாண்டிற்குள் தமிழர்தம் அடிமைத் தனமும் அறியாமையும் அடியோடு நீங்கி மேலையர்போல் புதுப்புனைவு தலைப்படுவர் என்பது திண்ணம்.

ஆங்கிலர் நீங்கியதால் தமிழ்நாடு விடுதலையடையவில்லை. ஆரியம் நீங்குவதே உண்மையான தமிழர் விடுதலையாகும்.

ஞா. தேவநேயன்

முதன்மொழி 1:3,15–2–71.

தமிழன் பிறந்தகம்

உலகத் தமிழ்க் கழகம் நடத்திய தமிழன் பிறந்தகத் தீர்மானிப்புக் கருத்தரங்கு.

31–12–72 ஞாயிறு அன்று, தஞ்சை அரண்மனை இசை மன்றத்தில் உலகத் தமிழ்க் கழகம் தமிழன் பிறந்தகத் தீர்மானிப்புக் கருத்தரங்கு என்னும் பெயரில் ஓர் அறைகூவல் மாநாட்டைக் கூட்டியது.

காலை 10.30 மணியளவில் நீ. கந்தசாமியார் தலைமையில் மாநாடு தொடங்கியது. அதில் பாவாணர் உரையாற்றினார். இக்கருத்தரங்கு ஆரியர்தம் பொய்க் கூற்றையும் நம் வையாபுரிகளின் புரட்டுகளையும் அம்பலப்படுத்தவே கூட்டப் பெற்றதென்றும், எதிர்க் கருத்துக் கொண்டவர்கள் நேரிடையாகத் தம் கருத்துகளைப் வெளிப்படுத்த அஞ்சுகிறார்கள் என்றும், மறைமுகமாகப் பலகேடுகளைத் தமிழுக்கும் தமிழ் வரலாற்றுக்கும் செய்துவருகிறார்கள் என்றும், வேண்டுமானால் இக்கருத்தரங்கால் நிறைவுறாதவர்கள் தாமே ஒரு கருத்தரங்கைக் கூட்டலாம் என்றும், அதற்கு இந்தியாவின் உயர் நெறிமன்ற நடுவர் களையோ குடியரசுத் தலைவரையோ கூட நடுவர்களாக அமைக்கட்டும் என்றும், தாம் ஒருவரே தமிழ் தொன்மை வாய்ந்தது என்றும், தமிழனின் பிறந்தகம் குமரிக் கண்டமே என்றும் நிறுவுவதாகவும், தம் கருத்துக்கு எதிர்கருத்தை எவரும் எடுத்துக் கூறலாம் என்றும், அதன்பின் தீர்ப்புக் கூறட்டும் என்றும், அதன் பின் எவரும் இக்கருத்துப்பற்றி வாய்திறக்கக் கூடாது என்றும் சூளுரைத்துப் பேசினார். விழாத் தலைவர் திரு. நீ. கந்தசாமி 'தமிழன் பிறந்தகம் குமரிநாடே' என்று நிறைவுரை கூறிக் கருத்தரங்கை முடித்து வைத்தார்.

14
பாவாணர் சால்பு

"பல நல்ல குணங்களாலும் நிறைந்து அவற்றை ஆளும் தன்மை சான்றாண்மை ஆகும். சாலுதல் – நிறைதல். சான்றாண்மை – சால்பு எனவும் படும்" என்பார் பாவாணர். (திருக்குறள் தமிழ் மரபுரை: சான்றாண்மை)

செருக்கின்மை

ஆழ்ந்த சிந்தனையும் அகன்ற கல்வியும் விரிந்த பன்மொழிப் புலமையும் கொண்ட பாவாணர் புலமைச் செருக்கர் அல்லர். இது சால்பில் சிறந்த சால்பாம்.

"என்றும் திருத்தம் இயல்பும் அறிஞரின்
நன்றி அறிவேன் நனி"

என்று பழந்தமிழாட்சி என்னும் நூலின் முகவுரையில் கூறுகிறார் பாவாணர். "இப்புத்தகத்தின் திருத்தம் பற்றி கருத்துக்கள் எவரேனும் தெரிவிப்பின், அவற்றை நன்றியறிதலுடன் அடுத்த பதிப்பில் பயன்படுத்திக் கொள்வேன்" எனக் கட்டுரை வரைவியல் முகவுரையில் குறிப்பிடுகிறார் பாவாணர்.

ஒப்பியன் மொழிநூல் முகவுரையில் "என் கட்டுரைகளைக் குறைகூறி, என் முடிபுகள் வலிபெறுமாறு செய்த நண்பர்கட்கும் யான் மிகவும் கடப்பாடுடையேன்" எனப் பண்பாடு பகர்கிறார்.

"சுட்டு விளக்கம் எழுதும்போது ஆராய்ச்சிக் குறைவினால் சில அடிப்படை உண்மைகளைக் கண்டுபிடிக்க இயலாமற் போயிற்று. "இன்று கண்டுபிடித்து விட்டேன்" என்றும் என் சொல்லாராய்ச்சிக் கட்டுரைகளில் இரண்டொரு குற்றம் குறைகள் உள. அடுத்த பதிப்பில் திருத்திக் கொள்வேன் என்றும், அது ஆராய்ச்சி முதிராத காலம் என்றும் தம் அகநோக்கி உரைக்கும் உரைகளை நோக்கின் "என்றும் பணியுமாம் பெருமை" என்னும்சால்பு நன்கு விளங்கும்.

பெருமிதம்

'மறைமலையடிகட்குப் பின் தமிழ்த்தூய்மை பேணும் பேராசிரியன் யான் ஒருவனே' என்றும், "அடிகளும் யானும் தனிப்பிறவியேம்" என்றும்,

"என் ஆராய்ச்சி முடிந்து விட்டதனால் இனிமேல் என் வாழ்நாளெல்லாம் இடைவிடாது நூல் எழுதிக்கொண்டே இருப்பேன். யான் எழுதியவை பிறரால் எழுதப்பெறும் திறத்தன அல்ல" என்றும் அவர் எழுதுவன பெருமிதமே அன்றிச் செருக்கு அன்றாம்.

"கல்வி தறுகண் இசைமை கொடையெனச்
சொல்லப் பட்ட பெருமிதம் நான்கே".

என்பது தொல்காப்பியம்.

எளிமை

இறைமைத் தன்மைகளுள் சீரிய ஒன்றாக அடியார்களால் சொல்லப்படுவது 'எளிவருதல்' என்பது. எளிமைச் சால்பில் பாவாணர்க்கு இணை சொல்ல உரியர் அரியர். பண்டித, புலவ, வித்துவ, விசாரத்,கலை முதியர் முதலாம் பட்டங்களைத் தமக்கு அமைத்துத் தம் நூலில் தம் பெயரைத் குறித்தலை விரும்பாத தேவநேயர், "என் பெயர் தேவநேயன் என்று மட்டும் இருத்தல் வேண்டும்", என்று பன்முறை வழியுறுத்தியுள்ளார்.

"நூற் பெயர் பெரிய எழுத்திலும், தம் பெயர் சிறிய எழுத்திலும் இருக்க வேண்டும்' என்கிறார்.

"ஞா என்னும் முதலெழுத்தும் பாவாணர் என்னும் பட்டமும் இருக்கக் கூடாது" என்கிறார். எந்த நூலிலும் தம் படம் போடுவதை முற்றாகத் தவிர்த்தார். அவருக்குப் பிறந்த நாள் மலர் வெளியிட விரும்பியவர் களுக்கு "என் வரலாறோ படமோ இருத்தல் கூடாது" என்றும், "மலர் வெளியிடுதல் வேண்டா" என்றும் "பிறந்த நாள் கொண்டாடும் வழக்கம் இல்லை" என்றும் மறுத்தார்.

"என்னைப் பற்றி விளம்பரம் ஒன்றும் வேண்டேன். இது எனக்கு மிக மிக வெறுப்பானது" என்று எழுதியுள்ளார்.

நூல் வெளியீட்டுக் குழுவினர் அவரை ஊர்தியில் வைத்து ஊர் வலமாகச் செல்ல விழைந்த போதும், மறைமலையடிகள் படத்தை ஊர்தியில் வைத்து மற்றவர்களுடன் ஊர்வலமாவே சென்றார்.

பாவாணர் தோற்றம் அருமை மிக்கது. ஆயினும் அவர் தம்மை "இயற்கையாகவே தோற்றப் போலிவில்லாதவன்" என்று கூறும் போது அவர்தம் பணிவும் எளிமையுமே அவ்வாறு வெளிப்படுத்துகின்றன என்பதை உணரமுடியும். இவ்வியல்பால்தான், "எளிய நிலையில் இருப்பவனும், முகமன் கூறிப்பிறரைப் புகழும் இயல்பில்லாதவனும், புலவரும் விரும்பாத தனித் தமிழ் நடையினனும், ஆரியத்தை வன்மையாய் எதிர்ப்பவனுமாகிய என்னை" என்று தம்மைத் தாமே மதிப்பிடுகிறார் என்பது விளங்கும்.

தேவநேயப் பாவாணர் 73

பிறர் நலம் பாராட்டல்:

புகழும் வேண்டாப் புகழாளராக விளங்கிய பாவாணர் பிறர்நலம் பாராட்டலில் பெருவள்ளலாகத் திகழ்ந்தார். அவர்க்கு வழிகாட்டியராக வாய்த்தவரைப் பல்கால் சுட்டுகிறார். "எனக்கு வழிகாட்டியவர் மூவர்; ஒருவர் கிறித்தவர், அயல் நாட்டார். மற்றொருவர் பிராமணர். இன்னொருவர் சிவனியர். முதலாமவர் கால்டுவெலார், இரண்டாமவர் பரிதிமால் கலைஞர், மூன்றாமவர் நிறை மலையாம் மறைமலையடிகள் என்பது வழிகாட்டியர் என நலம் பாராட்டலாம்.

"தமிழ்த் தொண்டர் திருக்கூட்டத்தில் மறைமலையடிகட்கு அடுத்த படியாகப் பெருமை வாய்ந்த திரு.வி.க.அவர்களும், "மறைமலையடிகளால் தென்னாடு விழிப்புற்றதை மண்ணும் முழங்கும். மரமும் முழங்கும் அடிகளே தென்னாடு தென்னாடே அடிகள்" என்று கூறித் தொண்டால் அவர்கள் இருவரையும் இணைத்துக் காட்டுதல் எத்தகு நலம் பாராட்டல். தனித் தமிழுக்காக அடிகளாரைப் பாராட்டினார் எனின், திரு.வி.க.வை அவர்தம் சமயப் பொது உணர்வு, பெண்ணின் பெருமை, தொழிலாளர் உரிமை முதலியவற்றுக்கு ஆற்றிய தொண்டு என்பவற்றுக்காக நலம் பாராட்டுகிறார்.

புலமையாளர்கள் வரிசையறிந்து உரிய வகையில் பாராட்டுதல் வேண்டும். வரிசையில் தாழ்ந்து செய்தல் செய்யாமை போன்றது என்பது பாவாணர் கொள்கை. ஆதலால் இன்ன தொண்டு இன்ன நலம் என மறவாது சுட்டுதல் அவர்வழக்கம். உ.வே. சாமிநாதையரை, "காவிரி வாய்ப்படவும் கறையான் வாய்ப்படவும் இருந்த கடைக் கழக நூல் ஏட்டுச் சுவடிகளை ஊர்ஊராகவும் தெருத்தெருவாகவும் வீடு வீடாகவும் திரிந்து தேடியும் விறகுத் தலையணை போல் தலையில் சுமந்து கொணர்ந்தும் அல்லும் பகலும் கண்பார்வை கெடக்கூர்ந்து நோக்கிப் பதித்தும் அரிய ஆராய்ச்சிக் குறிப்புகளும் ஒப்புமைப் பகுதிகளும் வரைந்தும், ஆராய்ச்சி யாளர்க்குப் பேருதவியாகவும் பிறர்க்குப் பெரும் பயன்படவும் வெளியிட்டவர் தென்கலைச் செல்வர் பெரும் பேராசிரியர் பண்டாரகர் உ.வே. சாமிநாதையரே!" எனப் பாராட்டுகின்றார்.

" கொலம்பசு முதலியோர் கொடுங்கட லோடி
நிலம்பல கண்டில ராயினும் நீங்காப்
பின்னோர் அவற்றைப் பின்னே காண்பர்,
மன்பே ராசான் தென்கலைச் செல்வன்
பண்டா ரகனாம் பைந்தமிழ்ப் பெரியோன்
சாமிநா தையன் சார்ந்திலன் ஆயின்
இற்றைத் தொன்னூல் என்னாயிருக்குமோ?

என அவர் பதிப்புத் தொண்டின் அருமை பெருமைகளைப் பாராட்டுவார்.

பாவலர் பாரதிதாசனார்க்குப் பண்பாட்டுப் பதிகமும் கப்பலோட்டிய தமிழர் வ.உ.சிதம்பரனார்க்குச் சீரிய கொள்கைச் சிதம்பரப் பதிகமும் பாடியவர் பாவாணர்:

"தன்னலமும் தன் குடும்பத் தின்னலமும் பேணாது
மன்னலமே என்றும் மதித் தொழுகித் - தன்னினமாம்
செந்தமிழ் மக்கள் சிறந்தோங்கி வாழ்வதற்கே
வந்தனன் பாரதிதா சன்"

என்பது பண்பாட்டுப் பதிகத்தில் ஒரு பா.

"மாடுபோற் செக்கிழுத்து மட்டிபோற் கல்லுடைத்து
வேடுபோற் கேடாய் உடை உடுத்துப் - பாடுபட்டான்
கேழ்வரகுக் கூழுண்டு கீழ்விலங்கிற் கீழ்விலங்கின்
தாழ்வுறுதற் கோசிதம்ப ரம்"

என்பது சிதம்பரப் பதிகத்தில் ஒரு பா.

"மன்னார்குடியில் இராசகோபாலையர் என்பார் பாவாணர்க்கு இசை கற்பித்தார். இசைத்தமிழ்க் கலம்பத்தில்

"இன்னிசை யாழ்வல்லன் இன்சொல் எழில்முகத்தான்
என்னிடை அன்பால் இசைதுவன்ற - இன்னியலான்
மன்னார் குடியிராச கோபாலன் மாணடிகள்
மன்னுக என்றன் மனத்து"

என இசையாசிரிய வணக்கம் பாடினார்.

தமிழ் வரலாறு தகவுற எழுதிய இராமச்சந்திர தீட்சிதர், கழகக் காலம் பற்றி ஆய்ந்து எழுதிய கிருட்டிணசாமி ஐயங்கார் முதலாயர்களையெல்லாம் உரிய அளவால் மதித்துப் போற்றி. எழுதுகிறார் பாவாணர்.

நன்றி பாராட்டல்:

பாவாணரின் நன்றி பாராட்டும் நெஞ்சம், அவர் நெஞ்சம் போலவே விரிவுடையதாம். ஒவ்வொரு நூலின் வெளியீட்டு உதவி குறித்தும் அச்சிட்டோர் மெய்ப்புப்பார்த்தோர் குறித்தும் அவர் எழுதிய உரையும் பாட்டும் நெஞ்சம் தொடும் நீர்மையவை. ஓரே ஓர் உருபா அளவு உதவினாரையும் சுட்டும் பான்மை அவர் தனி நெஞ்சமாம்.

15
பாவாணர் உள்ளம்

வருங்கால உலகம் எவ்வாறு இருக்கவேண்டும் என அக்கறை யோடு எண்ணி ஆழமான கருத்துக்களை வழங்கினார் பாவாணர். அது நிகழ்காலம் கொண்டு வருங்காலத்தையும் தமிழகம் கொண்டு உலகத்தையும் பார்க்கும் பார்வை விளக்கமாம்,

மண்ணுலகில் வாழும் போதே விண்ணுலக இன்பம் அமையத்தக்க வகையில் மக்கள் வாழ்வும் சான்றோர் வழி காட்டலும், அரசின் கடமையும் அமைதல் வேண்டும் என்னும் விரிபார்வையில் அமைந்தது அது.

மக்கள் பெருக்கக் கட்டுப்பாடு

உலகில் எவ்வளவு வளம் நிறைந்தாலும் எவ்வளவு விளைவு பெருகினாலும் அறிவியல் தொழிலியல் எவ்வளவு சிறந்தாலும் மக்கட் பெருக்கத்தைக் கட்டுப்படுத்தாவிடில் பெருகும் மக்கள் தொகைக்கு ஏற்ப நிலப்பரப்பு விரிவுறப் போவதில்லை. இதனை உணர்ந்து மக்கட் பெருக்கத்தைக் கட்டாயமாகக் கட்டுப்படுத்தியே ஆகவேண்டும் என்பது பாவாணர் கண்டிப்புரை.

அதனை இந்நாள் செய்யத் தவறின் வெள்ளம் வந்தபின் அணை கட்டுவதும், குதிரை களவு போனபின் கொட்டகையைப் பூட்டுவதும் நோயாளி இறந்தபின் மருத்துவம் செய்வதும் ஆகும் என்கிறார்.

மக்கட் பெருக்கம் கட்டுப்படுத்த,
பாவாணர் கூறும் வழிவகைகள்:-

1. மணவாமை போற்றல்

கன்னித்துறவியராகவும் தனிவாழ்க்கையராகவும் வாழும் பூட்கை (உறுதி) கொண்டவரை அரசு பாராட்டுதல் வேண்டும்.

2. மண அகவை உயர்த்தல்:

முதற்கண் ஆடவர்க்கு 25-உம் பெண்டிர்க்கு 20-உம், பின்னர் முன்னவர்க்கு 30-உம் பின்னவர்க்கு 25-உம் ஆக மண அகவையை உயர்த்துதல் வேண்டும்.

3. மண ஆண்டு குறிப்பு:

எவ்வாண்டிலும் எம் மாதத்திலும் எந்நாளிலும் மணம் செய்யாவாறு முதற்கண் ஐயாண்டிற்கும் பின்னர் பத்தாண்டிற்கும் ஒரு முறையே மக்கள் மணம் செய்யுமாறு அரசு மணவாண்டு குறித்தல் வேண்டும். நன்மாதமும் நன்னாளும் பார்ப்பார்க்கு ஓராண்டு போதும். இது திருமண ஒத்திவைப்பு.

4. பிள்ளைப் பேறில்லாதவரைப் பாராட்டுதல்:

பிள்ளைப்பேறு இல்லாமை தீவினைப் பயன் என்றும், கடவுள் சாவிப்பு என்றும் வழங்கும் தவறான நம்பிக்கையை ஒழித்து, அரசும் பொது மக்களும் புலவரும் இனி அத்தகையோரைப் பாராட்டி வாழ்த்துதல் வேண்டும்.

5. இரு பிள்ளை வரம்பும் கட்டாய மலடாக்கமும்:

இரண்டாம் பிள்ளைக்குப் பின் தாய்க்குக் கட்டாய மலடாக்கம் செய்தல் வேண்டும். மலடாக்கம் குடிசை வாணர் முதல் கோடிச் செல்வர்வரை குல மத கட்சி தொழில் நிலைமை வேறுபாடின்றி எல்லார்க்கும் பொதுவாயிருக்க வேண்டும். ஓர் எளிய ஏவலன் மனைவியும் இந்தியக் குடியரசுத் தலைவர் மனைவியாரும் இவ்வகையில் ஒன்றே. இந்நடு நிலை தவறின் அரசு அரசாகாது.

6. குடும்பக் கட்டுப்பாட்டுத் திணை களம் (Dept)

தோற்றுவித்தல்: நடுவண் அரசிலும் நாட்டரசுகளிலும் குடும்பக் கட்டுப்பாட்டுத் திணைக்களம் தோற்றுவித்து ஒரு மந்திரியார் அல்லது அமைச்சர் பொறுப்பில் விட வேண்டும்.

7. கல்லூரிக் கல்விப் பாடத்திட்டத்தில் **மக்களியல் (Demography) சேர்த்தல்:**

8. செய்தியறிவிப்பு வாயில்களில் குடும்பக்கட்டுப்பாட்டை விளக்கல்:

செய்தித்தாள், வானொலி, திரைப்படம், தொலைக்காட்சி, சொற்பொழிவு, துண்டு வெளியீடு முதலியவற்றால் விளக்கிக் கூறுதல். சுவர், பலகைகளில் எழுதி வைத்தல் போதாது. நூற்றுமேனி எழுபதின்மர் இன்னும் கீறற்புள்ளிகளாய் இருப்பதால் எழுதி வைத்தவை பயன்படா.

9. மக்கள் குறைப்புத் திட்ட ஈகியர்க்கு (தியாகிட்கு) சலுகை காட்டல்:

மணவாமை, பிள்ளை பெறாது மலடாக்கம் செய்து கொள்ளல் முதலிய ஈகம் செய்யும் ஈகியர்க்கு அவரவர் விட்டுக் கொடுப்பின்

அளவுக்குத் தக்கவாறு வேலையளிப்பு, வீடமைப்பு, கடன் நீக்கம், வரிக்குறைப்பு, பணவுதவி இலவச முருத்துவம் முதலிய பல்வேறு வகையில அரச சலுகை காட்டுவது, அவர்க்குச் செய்யும் கைம்மாறும், பிறர் அவ்வாறு பின்பற்றச் செய்யும் தூண்டுகோலுமாகும்.

10. மக்கட்பெருக்கத் தீமையும் **குடும்பக் கட்டுப்பாட்டு நன்மையும் பற்றிச் சிறந்த புதினம் (Novel) எழுதுவார்க்குப் பரிசளிப்பு.**

11. குடும்பக் கட்டுப்பாட்டுத் **திட்டத்தை வெற்றியாக நிறை வேற்றும் ஊராட்சி மன்றத் தலைவரை ஊக்குவிப்பு.**

12. இளைஞர்க்கும் மணவாத மாணவர்க்கும் காதல் திரைப்படங்களை விலக்கிக் கல்வித் திரைப்படங்களைக் காட்டல்:

இவற்றைக் கூறும் பாவாணர், “இத் தடுப்பு வழிகளுட்சில மிகக் கடுமையாகத் தோன்றலாம். ஆனால் அவை கொடிய நோய் மருந்து போன்றவை. நோயின் கடுமைக்குத் தக்கவாறு மருந்தின் கடுமையும் இருக்கும். மருந்தின் கடுமை நோக்கி அதை விலக்குபவன், நோயை வளர்த்து மாய்பவனே ஆவான்” என்கிறார்.

குல (சாதி) ஒழிப்பு

தமிழகத்துக்கு உண்டாகியுள்ள கேடுகளில் பெருங்கேடாக இருப்பது குலப் பிரிவு ஆகும். நாட்டை ஆளவந்தோம் என்பாரும், ஆள்வோம் என்பாரும் சாதி அரசியலில் திளைக்கின்றனர்.

சாதி ஒழிப்போம் என்பாரும் சாதிச் சலுகை என்னும் பெயரால் சாதி ஒழியாமைக்கே கடமை புரிகின்றனர். இவற்றிற்குத் தீர்வு என்ன? பாவாணர் சுட்டுகிறார்.

“கல்வி நிலையங்களில் மாணவர், சேர்ப்புப் படிவங்களிலும் பதிவேடுகளிலும் பெற்றோரின் தொழில் தவிர, பிறப்புப் பற்றி குலப்பெயர்க் குறிப்பு இருந்தல் கூடாது.

“எல்லாரும் ஓரினம்’ என்னும் சமவுணர்ச்சியே பள்ளிச் சூழலில் நிலவ வேண்டும். இங்கு மாணவ மாணவியர்க்குச் சொன்னதே ஆசிரியர்க்கும்” என்னும் பாவாணர். குல ஒழிப்பு வழிகள் என்று குறிப்பிடுவன.

1. குலப்பட்ட நீக்கம்:

குடியரசுத் தலைவர் முதல் உயர்நிலையில் இருப்பவர் தம் குலப் பட்டம் நீக்கி வழிகாட்ட வேண்டும்.

2. **தகுதி பற்றிக் கல்வியும் வேலையும்:**

மாணவர் சேர்ப்பிலும், வேலையமர்த்தத்திலும் தாழ்த்தப் பட்டவர்க்கு இன்னும் பத்தாண்டு கூட்டக் கூடிய சிறப்புச் சலுகை தவிர ஏனை நிலைமைகளிலெல்லாம் தகுதி (Merit) யொன்றையே கவனித்தல்.

3. **கலப்பு மணத்தை ஊக்குவிப்பு:**

வேலையளிப்பு, சம்பள உயர்வு, எளிய வட்டி, மெள்ள மீட்புக் கடன் கொடுப்பு, இலவச மருத்துவம், பிறக்கும் பிள்ளைகட்கு இலவசக் கல்வியும் வேலையளிப்பும் முதலிய சிறப்புச் சலுகைகள் கலப்புமண மக்கட்குக் கொடுக்கத் தகும்.

மணமக்கள் குலங்களின் ஏற்றத் தாழ்வுக்குத் தக்கவாறு சலுகைகளின் அளவு அமைதல் வேண்டும். மணமக்கள் எளியவராயின் திருமணச் செலவிற்பாதியும் வெறுங்கையராயின் முழுமையும் அரசு ஏற்றுக் கொள்ளலாம்.

4. தொழிலடிப்படையிற் குடிமதிப்பு (Cencus)

5. விடுதிகளும் உண்டிச் சாலைகளும் தங்கள் மனைகளும் மண்டபங்களும் குல அடிப்படையில் இராமை.

6. குல வேறுபாட்டிற்குக் கரணியமான வீண் சடங்கு விலக்கல்.

7. இயன்ற வரை புலாலுணவு நீக்கம்.

8. அரசினர் பொது விருந்துகளிலெல்லாம் சமையலையும் பரிமாறலையும் ஒரே குலத்தாரிடம் ஒப்படையாமை.

9. வர்ண வேறுபாட்டை வர்ணிப்பதும் வற்புறுத்துவதுமான இலக்கிய ஒழிப்பு.

10. பத்தாண்டிற்குப் பின் தாழ்த்தப்பட்டவர் சலுகை நீக்கம்.

பொருளாட்சித் துறையில் மேல்வகுப்பாரோடு அவர் சமநிலை அடைதற்கேற்ற பத்தாண்டுத் திட்டத்தை வகுத்து அது முழு வெற்றி பெறுமாறு கண்டிப்பாகக் கடைப்பிடித்து, அதன்பின் அதை அடியோடு நிறுத்தி விடுவதே எல்லார்க்கும் தக்கதாம்.

இவற்றைக் கூறும் பாவாணர் "தாழ்த்தப்பட்ட (அரசினர்) மாணவர் விடுதி என்று தனியாக இருப்பதை உடனே நீக்கிவிட்டு மேல்வகுப்பு மாணவர் விடுதியோடு சேர்த்துவிடல் வேண்டும்".

"தாழ்த்தப்பட்டவர்களுக்குக் கட்டிக் கொடுக்கும் குடியிருப்புக்களும் ஊரினின்று நீங்கியிராது ஏனை வகுப்பார் குடியிருப்புகளோடு சேர்ந்தே இருத்தல் வேண்டும்.

மாந்தன் நரகலை மாந்தனே வாரிச் சுமக்கச் செய்வது நாகரிக மாந்தனுக்கும் நாகரிக அரசிற்கும் கடுகளவும் தகாது. ஒவ்வொரு வீட்டிலும் அடிப்புச் (Flush - out) சலக்கப் புரையே யன்றி, எடுப்புச் சலக்கப்புரை யிருத்தல் கூடாது" எனப் பலவும் கூறுகிறார்.

தேர்தல் - ஆட்சி

தேர்தல், ஆட்சி இன்னவை பற்றியும் அரிய கருத்துகள் சில வழங்கியுள்ளார் பாவாணர். பொதுமக்கள் நூற்றுமேனி எழுபத்தைவர்க்குக் குறையாது தாய்மொழியில் எழுதப்படிக்கத் தெரிந்தவராயிருத்தல் வேண்டும். அவரால் சட்ட சபைக்குத் தேர்ந்தெடுக்கப் படுபவர் பள்ளி யிறுதியளவேனும் படித்திருத்தல் வேண்டும். அமைச்சராயிருப்போர் பட்டந்தாங்கியராகவும், தத்தம் வாரியத்துறையில் தேர்ச்சி பெற்றவராகவும் இருத்தல் வேண்டும். அல்லாக்கால் குடியரசென்பது ஏட்டுச் சுரைக்காயாகவே இருக்கும்.

கல்லா மக்களின் நேரி(வாக்கு) உரிமை, குருடனுக்குத் தீப்பந்தமும் குழந்தைக்குப் படைக்கலமும் போல் உடையார்க்கும் பிறர்க்கும் தீங்கே விளைக்கும். தகுதியில்லாத செல்வரே ஆயிரக்கணக்கான குட வோலை களை அல்லது நேரிகளை விலைக்கு வாங்கிக்கொண்டு சட்டசபை உறுப்பினராக முடியும்.

ஆனைக்கும் அடிசறுக்கும் ஆதலாலும், தன்குற்றம் தனக்குத் தோன்றாது ஆதலாலும் செங்கோலாட்சியொடு கூடிய இருகட்சி அரசே குடியரசிற்கு ஏற்றதாகும் எனக்கூறும் பாவாணர், கட்சி மாறுவார் பற்றியும் சுட்டுகிறார். ஒரு கட்சி சார்பில் நின்று தேர்தலில் வென்ற வேட்பாளர், கட்சி மாறின் தம் தகுதியை இழந்துவிடுவதால் மீண்டும் தேர்தலில் நின்று வெற்றிபெறும்வரை அரசினால் விலக்கப்பட வேண்டும்" என்கிறார்.

"போக்குவரத்து, தற்காப்பு, வெளிநாட்டுறவு, நடுத்தீர்ப்பு என்னும் நாற்பெருத் துறையில் தான் நடுவணரசிற்கு அதிகாரம் உண்டு. ஏனைத் துறைகளிலெல்லாம் மாநில அரசுக்கே அதிகாரம்" என்று நடுவணரசு நாட்டரசு அடிப்படைகளை வரையறுக்கிறார்.

மொழி மாநிலப் பிரிவு பயன்செய்ய வேண்டும் எனின் செய்வன இவை என்கிறார் பாவாணர். "தமிழ், ஆங்கிலம் ஆகிய இருமொழியும் கற்பிக்கப் படலாம்" என்னும் அவர், "துவக்கக் கல்வி முழுதும் தமிழ் வாயிலாகவே நிகழ்தல் வேண்டும். நாலாண்டு முடிவில் எல்லாப் பிள்ளைகளும் தமிழில் எழுதப் படிக்கத் தெரிந்தவராயிருப்பர்" என்கிறார் மேலும்,

"ஒவ்வொரு நாட்டிலும் நாட்டுத் தாய்மொழி, ஆங்கிலம் ஆகிய இருமொழியே கற்பிக்கப்படலும் கல்விவாயிலாயிருத்தலும் வேண்டும்.

பிறமொழி பேசும் சிறுபான்மையர் பிள்ளைகளும், அவ்வந்நாட்டுப் பெரும்பான்மை மொழியையே கற்றல் வேண்டும்.

"தெலுங்கு நாட்டிலுள்ள தமிழர் பிள்ளைகள் தெலுங்கையும் மராத்தி நாட்டிலுள்ள தமிழர் பிள்ளைகள் மராத்தியையும், இந்தி நாட்டிலுள்ள தமிழர் பிள்ளைகள் இந்தியையும் தான் கற்றல் வேண்டும். இங்ஙனமே ஏனை மொழியார் மக்களும். அல்லாக்கால் மொழிவாரி மாநிலப் பிரிவு என்பது பொருளற்றதும் பயனற்றதும் ஆகும்" என்னும் அவர், "பிற மொழி நாட்டில் வாழும் ஒருவகுப்பார் அல்லது கூட்டத்தார் தம் மக்கட்குத் தாய்மொழியே கற்பிக்க விரும்பின், அவரைத் தம் தாய்மொழி நாட்டிற்கே, அனுப்பி விடுதல் வேண்டும்.

நாட்டுவாரியான சிறு பான்மையர்க்கெல்லாம் அவரவர் தாய் மொழியையே கற்பித்தல் வேண்டுமெனின், நீலமலையிலுள்ள படகர், கோத்தர், துடவர், இருளர் முதலியோர்க்கும், பிறமலைகளிலுள்ள பிறர்க்கும் அவரவர் தாய் மொழியாகிய கொடுமொழியிலேயே கல்வி கற்பிக்க ஏற்பாடு செய்தல் வேண்டும். அது கூடாமையின் இந்திய ஒன்றிய உறுப்பாகிய பதினான் மொழி நாடுகளிலும் உள்ள பிறமொழிச் சிறுபான்மையர்க்கும் அவரவர் மொழியில் கற்பித்தல் கூடாதென்க" என உறுதிப் படுத்துகிறார்.

சூதாட்டம்

நாட்டைக் கெடுப்பவற்றுள் கொடுமையானதாகச் சூதாட்டத்தைச் சுட்டுகிறார் பாவாணர் "கிண்டிக் குதிரைப் பந்தயமும் அரசுப் பரிசுச் சீட்டும் சூதாட்டே. அரசு நடத்துவதானல் அவை நல்வினையாகா, வருவாயை நற்பணிக்குப் பயன்படுத்துவதனால் அவை அறவினையாகா, குதிரைப் பந்தயத்தில் ஒட்ட மொட்டிக் கெட்ட குடும்பங்கள் எத்தனையோ பல" என்கிறார்.

பரிசுச் சீட்டின் தீமைகளை,

1. உழைப்பின்றி ஒருவன் திடுமெனச் செல்வனாதல். (உழைப்பை ஊக்காமை)
2. மக்கட்குப் பேராசை உண்டாதல்.
3. செல்வரும் பிறநாட்டாரும் பரிசு பெறல்
4. பரிசு பெற்றவன் மீது அக்கம் பக்கத்தார்க்கு அழுக்காறுண்டாதல்
5. பெரும்பாலும் ஏழை மக்கள் வாழ்நாள் முழுதும் பரிசு பெறாமை
6. ஒரு சிலர் சம்பளம் முழுவதையும் இழந்து விட்டு வருந்துதல்.
7. ஒருவர் பிறர் உழைப்பின் பயனை, அவர் விருப்பத்திற்கு மாறாக நுகர்தல்.

8. சீட்டுத் தொலைந்தால் பரிசு பெற வழியின்மை.

9. வீணாக ஏக்கம் கொள்வாரின் வினை கெடுதல்.

10. ஒழுக்கங் கெட்டவரையும் ஊக்குதல்.

"பரிசுச் சீட்டு வருமானத்தைக் கொண்டு அறப்பணி செய்யப் பட்டதெனின் கொள்ளையடித்த பொருளைக் கொண்டும் அது செய்யலாம் என்க" என வெறுத்துரைக்கிறார்.

வீடமைப்பு

காடழிப்பும் கழனியழிப்புமாய் வீடமைப்புப் பெருகி வருதல் குறித்துச் சில கருத்துக்களை ஆழமாக வைக்கிறார்:

"செங்கற் சுடுவதற்குப் பல விடத்தும் மண்ணெடுத்து விளை நிலம் குன்றியிருப்பதால், இனிமேல் கட்டிட வேலைக்கெல்லாம், மரம்,செடி கொடிகள் இல்லாதனவும், விளைநில மல்லாதனவுமான பாறைகளிலும் பொற்றைகளிலும் இருந்து கல்வெட்டியெடுத்தே பயன்படுத்துதல் வேண்டும். நாடு முழுவதும் பாறையும் பொற்றையும் மிகுந்திருப்பதால் கல்லிற்குப் பஞ்சமில்லை. கற்கட்டிடம் உறுதியாயிருக்கும். பொற்றைகள் நிலமாகி விடின் வீடமைப்பிற்கும் சாலையமைப்பிற்கும் இடமும் கிடைக்கும்.

"உழவர் வீடுகளும் ஆயர் வீடுகளும் தொழிற்சாலைகளும் தவிர ஏனையோர் வீடுகளெல்லாம் மேனோக்கியன்றிப் பக்கவாட்டில் விரிவடைதல் கூடாது" என்கிறார்.

தலைநகர் விரிவு பற்றிக் கருதும் பாவாணர் சில எச்சரிக்கைகளை விடுகிறார்.

"இதுவரை நிலநடுக்கம் இல்லாவிடினும் தாம்பரம் பாங்கரில் நிலவதிர்ச்சி தோன்றியிருப்பதால், கீழ் நிலப்பாதைகளும் அளவாகவே அமைதல் வேண்டும். கடல் கொந்தளித்து அலை கரை மீறினும் இடுக்கண் நேரும்.

"மாநகர் இடை இடையே மூச்சுப்பை (Lungs) போன்றுள்ள இடைவெளிகளை என்றும் போற்றிக்காத்தல் வேண்டும்."

"ஆடக வெளியில் (Gymkhana ground) படைத்துறை அலுவலகம் அமைவதும் தவறே."

"மாநகர் விரிய விரிய மக்களியக்கமும் வணிகப் போக்கு வரத்தும் அஞ்சத்தக்க அளவில் மிகுந்து வருகின்றன. இந்நிலையில் ஒவ்வொரு முச்சந்தியிலும் நாற்சந்தியிலும் அரசியல் கட்சித் தலைவர் படிமைகளைப் போட்டியிட்டு நிறுவிவருவது மிகக் கேடான செய்தியாகும் ஒருவர் படிமையை ஓரிடத்தில் அமைத்தாலும் போதும்.

ஒரே நகரில் அல்லது ஒரே சாலையில் பல இடத்தில் நிறுவுவது நன்றன்று. நாளடைவில் அவை பல்கிப் போக்குவரத்திற்கு முட்டுக் கட்டைகளாகிப் பெருஞ்சேதத்தையுண்டுபண்ணும். சாலைகளும் வழிகளும் அல்லாத கட்டிடப் பரப்பு (Compound) மூலைகட்குள் படிமைகளை நிறுவுவதே நல்லது. ஒவ்வொரு முதலமைச்சர்க்கும் படிமை நிறுவுவதும் ஒருவர் வாழ் நாட்காலத்திலேயே படிமை நிறுவுவதும் தவறாகும் என்கிறார்.

தீயோரை நல்வழிப் படுத்துதல்

பிறவியிலேயே எவரும் தீயோராகப் பிறப்பதில்லை ஆதலால் அவரை நல்வழிப் படுத்துதல் அரசின் கடமை என்பதை எண்ணும் பாவாணர், "வேலை இன்மையாலும் விளைவு இன்மையாலும், நேர்ந்த உணவின்மையே களவிற்கும் கொள்கைக்கும் கரணியமாயிருத்தலால் கள்வருக்கு ஒற்றர் வேலையும், கொள்ளைக்காரருக்குப் படைத்துறை வேலையும் கொடுப்பின் ஓரளவு நிலைமை திருந்தலாம்.

இனி, கள்ளக் காசுத்தாள் அடிப்பாரையும் கள்ளத்தனமாகத் துமுக்கி (gun) சுழலி (Revolver) முதலியன செய்வாரையும் பொறியாக்கத் தொழிலில் பயிற்றின் சிறந்த பொறி வினைஞராகவோ புதுப்புனை-வாளராகவோ தலையெடுக்கலாம்" என்கிறார். இவையெல்லாம் 'மண்ணில் விண்' என்னும் நூலில் பாவாணர் வரைந்தவை. "எதிரதாக் காக்கும் அறிவினர்க்கும், அவர்சொல் வழிநிற்கும் வீட்டுக்கும் நாட்டுக்கும் உலகுக்கும் அதிரவரும் துயர் இல்லை" என்பது வள்ளுவம். அவ் வகையில் மூவகைக் காலமும் நெறியின் உணர்ந்து கூறும் பாவாணர் கூற்றை எண்ணித் தக்க வகையில் செயல் படுதல் வருங்கால் உலகுக்கு நற்பேறாகும். இவையெல்லாம் மாந்த நேயச் சுரப்பு என்பதற்கு ஐயமில்லை.

"சொல்பவரைப் பாராமல் சொல்லும் செய்தியைப் பார்த்து நடக்கும் நிலை உண்டானால், உலகம் எத்தனை எத்தனையோ நலங்களை எய்தியிருக்கும். தீமைகளை விட்டும் ஒழித்திருக்கும்" என்று நினைக்கத் தோன்றுகிறது.

○

16

பாவாணர் வாழ்வில்

பகலுணவும் இராவுணவும்

"ஒருகால் பேராசிரியர் தேவநேயப் பாவாணர் அவர்கள் ஆசிரிய நண்பர்கள் சிலருடன் தாரைமங்கலம் என்னும் சிற்றூர் போய் இரவு தங்கியிருந்து மறுநாட் காலையில் திரும்பி வந்தார்.

அவரை அன்பர் சிலர் சூழ்ந்து கொண்டு, ஊர்போய் வந்த வகை பற்றி உசாவினர். அவருள் ஒருவர் "ஐயா! பகலுணவும் இராவுணவும் எவ்வாறு இருந்தன" என்றார். பாவாணர் பகல் உணவு 'பகல்' உணவாகவும் இரா உணவு 'இரா' உனவாகவும் இருந்தன" என்றார்.

பகல் உணவு என்றதில் பகலில் கிடைத்த சிறிதளவு உணவையே அனைவரும் பகுத்துண்ண நேர்ந்ததெனவும், இரா உணவு என்பதில் அனைவரும் உணவின்றி இரவைக் கழிக்க வேண்டியிருந்ததெனவும் உணர்ந்து கொண்டு கூடியிருந்தவர் மகிழ்ந்தனர். பசியும் பட்டினியும் தமிழ் வளத்தால் பறந்துவிடுகின்றதே.

மன்னிக்க - உருதுச் சொல்

பாவாணர் பால் வாங்கிக்கொண்டு தெருவில் வந்தார். எதிரே மிதிவண்டியில் வந்த ஒருவர் அவர் மேல் மோதித் தள்ளிப் பாலும் கொட்டிப் போகச் செய்தார். தாம் செய்தது தவறு என வருந்திய மிதிவண்டி ஓட்டி, "ஐயா மன்னித்துக் கொள்ளுங்கள்" என்றார். 'மன்னிப்பு' உருதுச் சொல், "பொறுத்துக்கொள்க" என்று சொல்லுங்கள் என்றார். அந்த இடர்ப் பொழுதிலும் சொல்லாய்வு செய்யும் இந்த விந்தை மாந்தரை வியப்போடு எண்ணிய மிதிவண்டியோட்டி "ஐயா, பொறுத்துக் கொள்ளுங்கள்" என்றார். "போம், பொறுத்தோம்" என்றார் பாவாணர்.

விறகுடைத்தல்:

சொற்றொகுப்புக் கருதி நீலமலைக்குச் சென்றார் பாவாணர்; ஆங்குப் பாவாணரிடம் பெரும் பற்றுமை கொண்ட கிருட்டிணையா என்பார் இல்லத்தில் தங்கியிருந்தார். காலை உணவுக்குப் பின்னர் பாவாணரை

வீட்டில் தங்கவைத்து விட்டுக் காட்டுக்குச் சென்று திரும்பினார் கிருட்டிணையா. மீள வந்த போது பாவாணர் வேட்டியை வரிந்து கட்டிக்கொண்டு வீட்டின் முன்னால் கிடந்த விறகுக்கட்டையைக் கோடரியால் உடைப்பதைக் கண்டு "இதை ஏன் நீங்கள் செய்கிறீர்கள். விடுங்கள்" என்று தடுத்தார் கிருட்டிணையா. "ஒன்றும் இல்லை. உண்ட வீட்டிற்கு ஏதாவது செய்ய வேண்டும்; உட்கார்ந்து கொண்டு உண்டு செல்வது நன்றாகாது" என்றார்! பண்பட்டோர் பார்வையே வேறுதானே! "சோறு கண்டால் சொர்க்கம்" (வீடு பேறு) என்று இருப்பவர்க்கு இப்படி எண்ணம் வருமா? கூறியவர் கிருட்டிணையா, மயிலை சாத்திரி மன்றம். **நிகழ்ச்சி.** பாவாணர் விழா.

பொண்டான்

சென்னை மறைமலையடிகள் நூல் நிலைய மேன்மாடியாகிய வள்ளலார் மாளிகையில் பாவாணரும் யானும் சிறிதுகாலம் தங்கி-யிருந்தோம். ஒரு நாள் இரவு 11 மணியளவில் ஒரு பெருச்சாளி வந்துவிட்டது. விளக்குப் போட்டுப் பார்த்தோம். மிகப் பெரியது அப்பெருச்சாளி. "பொண்டான் வந்துவிட்டது; தடியிருந்தால் அடித்து விடலாம்" என்று சொல்லிக் கொண்டே வேட்டியை மடித்துக் கட்டினார்; கதவுகளைச் சாத்த ஓடினார். என்ன நினைத்தாரோ கதவைத் திறந்து விட்டுவிட்டார்! வியப்பாக இருந்தது "வள்ளலார் மாளிகைக்குள் பொண்டானை அடிப்பது முறையாகாது; போகட்டும்" என்றார். "நீங்கள் சைவம்! உங்களுக்கும் அடிப்பது பிடிக்காது" என்றும் கூறினார். இடனறிதல், பிறர் கொள்கை மதிப்பு இவற்றில் பாவாணர் எவ்வளவு உன்னிப்பாக இருக்கிறார்!

தொண்டின் உறைப்பு

"8-3-64-இல் நடக்க இருப்பது குறைந்த சம்பளத் தமிழாசிரியர் வகுப்பாதலால் ஒருவரையும் வற்புறுத்தவோ இடர்ப்படுத்தவோ வேண்டேன். பெற்றது கொண்டு பொந்திகை (திருப்தி) யடைவேன். தங்கற்கும் அறையமர்த்த வேண்டியதில்லை. என் உறவினர் வீட்டில் தங்கிக் கொள்வேன். வழிச் செலவுப் பணமும் வந்தபின் வாங்கிக்கொள்கிறேன்." எனச் சேலத்தில் நிகழ இருக்கும் தமிழாசிரியர் தொல்காப்பிய வகுப்புக்கு வருதல் பற்றி 29-2-64-இல் திரு.மி.மு சின்னாண்டார்க்கு மடல் எழுதுகிறார் பாவாணர்.

ஓ! பொழுதாய் விட்டது.

பாவாணரை ஒருவர் பார்க்க வருகிறார்; வணக்கமிடுகிறார்; அவரை வரவேற்று உரையாடத் தொடங்குகிறார். எத்தனைமணி நேரம் ஆனது? வந்தவர் எதற்காக வந்தார்? இருவரும் உண்ண வேண்டிய பொழுதா?

அடுத்த பணி என்ன? எவ்வொன்றையும் கருதாமல் காலம் தானே ஓடிக் கொண்டிருக்கும். பாவாணர் நா பேசிக்கொண்டிருக்கும்! வந்தவர் வண்டிப் பொழுதோ, வேறுகுறியோ உடையவராய் ஏதோ குறிப்புடன் அசைந்தால், "ஓஓ! பொழுது ஆய்விட்டது! போக வேண்டும் அல்லவா!" என்பார். அப்பொழுது தான் பாவாணர், தம் சொல்லாய்வு உலகத்தில் இருந்து இந்த இயல்பு உலகுக்கு வருவார்; 'போய் வாருங்கள்' என்பார். வந்தவர் பெயரென்ன? ஊரென்ன? எதற்காக வந்தார்? இவ்வெவற்றைப் பற்றியும் கேட்பதும் இல்லை! கேட்டுக்கொண்டு உரையாடுவதும் இல்லை! "யாதும் ஊரே யாவரும் கேளிர்" என்பதன் தெளிநிலையா இது!

கலைச் சொல் வடிவு

கோவை, தொழிற்செல்வர் புதுப் புனைவாளர் கோ. துரைசாமி (G.D. Naidu) பாவாணர் மேல் மட்டற்ற அன்பர். ஒருபோது தம் தொழிலகத்திற்கு வந்த பாவாணரிடம் துள்ளுந்து உறுப்புகளுக்குத் தமிழ்ப் பெயர் வினவி இருக்கிறார். துள்ளுந்து உறப்பு ஒவ்வொன்றனையும் பிரித்துக் காட்டி அதன் ஆங்கிலப் பெயர் சொல்லச்சொல்ல அனைத்திற்கும் தமிழாக்கச் சொல் எந்நூல் குறிப்புமின்றிப் பாவாணர் வழங்கினாராம். இரண்டு மணிப்பொழுதில் துள்ளுந்து உறுப்புகள் அனைத்துக்கும் தமிழ்ச் சொற்கள் படைத்துத் தந்துவிட்டார் என்றால், அவரை முறையாகப் பயன்படுத்தி யிருந்தால் தமிழ்ச் சொல் இல்லை என்னும் தட்டுப்பாடு நேர்ந்திருக்குமா?

தமிழர்க்குப் பெயரிட அருமையாம் பொருளுண்டோ?

தண்டோடு ஒட்டியிருப்பதைத் தாள் என்றும், அது நீண்டு தொங்கின் தோகை என்றும் திண்ணமாயிருப்பின் ஓலையொன்றும் மெல்லி-தாயிருப்பின் இலையென்றும்; மாம்பிஞ்சை வடுவென்றும், பாலப் பிஞ்சை மூசு என்றும், வாழைப் பிஞ்சைக் கச்சல் என்றும் வேறுபடுத்திச் சொன்ன நுண்மாண் நுழைபுலத் தமிழர்க்குப் பெயரிட அரிதாம் பொருள் இவ்வுலகத்தில் ஏதேனும் உண்டோ? இவ்வாற்றல் இன்னும் அழியாதிருப்பதை நாஞ்சில் நாட்டு வைத்தூற்றி (Funnel) என்னும் சொல்லிற்காண்க. தமிழர்க்குப் பெயரிட அருமைப் பொருள் இல்லை! பாவாணர்க்குப் பெயரிட அரியதெதுவும் அறவே இல்லை என்பது நாடறி செய்தி.

பெயரிலும் பிரியாமை:

மணமக்கள் பெயரைப் பிரித்து எழுதவும் விரும்பாதவர் பாவாணர். இருவர் பெயரையும் இணைத்தே திருமண வாழ்த்தில் பொறிப்பது அவர் வழக்கம். அவர் பாடியளித்த திருமண வாழ்த்துகள் அனைத்திலும் இக் கடைப்பிடியைக் காணலாம். மருவுதல், கலத்தல், மணத்தல், கலத்தல் –

என்னும் சொல்லாய்வுத் தேர்ச்சியும் வாழ்வியல் தெளிவும் பாவாணர்க்கு இருந்தமையால் இதனைப் போற்றினார். உரைநடை எழுத்திலும் இக்குறிப்பை உணர்த்தினார்.

பாவாணர் எழுதிய சில நயமான தொடர்கள்.

"ஊழுக்குக் கூத்தன்; கூழுக்கு ஔவை"

"வில்லுக்கு ஓரி, சொல்லுக்கு மாவலி"

"கொடைக்குக் குமணன், நடைக்கு நக்கீரன்"

'மனைக்கு வேம்பு;மன்றுக்குப் புளி"

"புன் குடிலாயினும் தன்குடிலா யிருக்க வேண்டும்"

"மூத்த பிள்ளைக்கு உடல்வலி மிக்கிருக்கும்
இளைய பிள்ளைக்கு மதிவலி மிக்கிருக்கும்"

கட்டுரை இலக்கணம்.

17

பெரும்பிரிவும் பேரிரங்கலும்.

உலகத்தமிழ் மாநாடு மதுரையில் நிகழ்ந்தது. அதற்குப் பாவாணர் வந்தார். 5–1–81–ஆம் நாள் பந்தயத் திடலில் நிகழ்ந்த பொதுநிலைக் கருத்தரங்கில் 'மாந்தன் தோற்றமும் தமிழர் மரபும்' என்னும் தலைப்பில் பொழியத் தொடங்கினார். அலைமோதும் மக்கள் தலைகளெல்லாம், பழங்குமரிப் பரப்பும் குமரிக்கடலுமாகத் தோன்றியதோ என்னவோ? பாவாணர் கடல்மடை திறந்த வெள்ளமென – பொங்குமாகடல் வீழ்ச்சி யென – ஊழியிறுதியிலாம் ஆழிப் பேரலையெனப் பொழிந்தார்! தம்மை மறந்தார்! தம் பொழிவே உருவானார்! கூட்டம் எத்தகையது! எத்தகு செவியர் கூடியிருப்பவர்; மேடையில் இருப்பவர் எந்நிலையர்! இவற்றை எண்ணினார் அல்லர்! தாம் வேறு தம்பொழிவு வேறு எனப் பகுத்துணரவல்லவர்க்குத் தாமே அவையெண்ணவரும்! தாமே கருத்தாகவும் தாமே கருதுகோளாகவும் ஆகிவிட்ட இருமையில் ஒருமையர் இடைத்தடையைக் கருதுவாரா? கையொலியைக் கணக்கிடுவாரா? 'நிறுத்துக' என்றும் கூட்ட மேடையில் இருந்த ஒருவர் இடையே வந்து காதோடு காதாராகிக் கடித்துப் போனாராம். அவர்க்கு "நிறுத்துகிறேன்; நிறுத்தத்தான் போகிறேன்;" என்று சொல்லிய சொல்லை நிலைப் படுத்திவிட்டார் பாவாணர்.

ஒன்றேகால் மணி நேரப் பொழிவு தமிழுக்கு – தமிழினத்திற்குத் திருப்புமுனையாம் காலம் வந்துவிட்டது என நம்பிப் பொழிந்த பொழிவு! அதன்விளைவு இயல்பாக உடல் நலங்குன்றியிருந்த அவர்க்கு இவ்–வுணர்வுப் பீறிடு – நெஞ்சாங்குலையைத் தாக்கி விட்டது. விடுதிக்கு வந்தார் பாவாணர்! நெஞ்சில் வலிகண்டது! குருதியழுத்தம் மிகுந்தது. பேச்சுத் திணறியது! உடனே மருத்துவர்கள் வந்து பார்வையிட்டனர். மருத்துவ மனையில் சேர்க்க ஏவினர். மதுரை அரசினர் இராசாசி மருத்துவ மனையில் இரவு 10.45–க்குச் சேர்க்கப்பட்டார்.

ஓரளவு வலி நின்றது. 'மீண்டும் தாக்குமோ' என்னும் அச்சம் இருந்திருக்கிறது மருத்துவர்களுக்கு! மயக்க நிலையிலே பாவாணர் வைக்கப்பட்டார்!

மயக்கநிலை நீங்கிய போது அவர்க்கு உண்டாகிய அரற்றொலி அதிர்ந்தது! அந்த உரவோரையும் அப்படி வாட்டும் வலியா? வலியை வென்று வென்று வலிமையுருவாகியவர்க்கும் வலியின் வாட்டுதலா? கேட்கப் பொறுக்கவில்லை! நிற்கப் பொருந்தவில்லை! பேச்சிலா நிலைக்குச் சென்றுவிட்டார் பாவாணர்! மூச்சிலா நிலைக்குப் போகா வண்ணம் மருத்துவர்கள் கண்காணிப்பு நிகழ்ந்தது!

பாவாணர்க்கு நேரிட்ட நேர்வு தெரிந்து அவர் மக்கள் எய்தினர்; மறுகிப் போயினர்; எப்படி வழியனுப்பி வைத்தவர்கள் அவர்கள்! ஒரு சொல்தானும் சொல்ல முடியாமல் – விழிதிறந்து ஒருபார்வையும் பார்க்க முடியாமல் இருக்கும் தம்முயிர்த் தந்தையரைக் கண்டு எவர்க்கே தாங்க இயலும்! எவர் வந்தென்ன? எவருருகி என்ன?

14–1–81–இல் மீண்டும் ஒரு தாக்கம் ஏற்பட்டது. எது வரக்கூடாதென எண்ணப் பட்டதோ, அது வந்து விட்டது! செய்தியறிந்த தமிழக முதல்வர் மாண்புமிகு ம.கோ. இராமச்சந்திரனர் அவர்கள் – சென்னையிலிருந்து வானூர்தி வழியே தேர்ச்சிமிக்க மருத்துவர் இருவரை அனுப்பினார். மருத்துவர்கள் பெரிதும் முயன்றனர் "ஊழிற் பெருவலி யாவுள மற்றொன்று சூழினும் தாம்முந்துறும்" என்னும் பொய்யா மொழி பொய்யா மொழியாயிற்று. 15–1–81 இரவு 12.30–க்குப் பாவாணரின் ஒடுங்கா மூச்சு ஒடுங்கிவிட்டது! மாலைக் கதிர்களை ஒடுக்கிச் சுருட்டி மறையும் ஞாயிறென மொழி ஞாயிற்றின் பேச்சுடன் மூச்சும் ஒடுங்கிவிட்டன! வாராது வந்த மாமணியைத் தமிழுலகு இழந்தது!

17–1–81–ஆம் நாள் பாவாணர் திருவுடல், கலைஞர் கருணாநிதி நகரில் இருந்து கீழ்ப்பாக்கம் கல்லறைக்கு ஊர்வலமாகக் கொண்டு செல்லப்பட்டது!

உணர்வுமிக்க நெஞ்சங்கள் அழுதன! தத்தம் குடும்பத்துத் தலை மகனை இழந்தார் போலப் பொங்கி அழுதனர்! இத் தகு மொழிநூல் வல்ல மாந்தரைக் காணல் எளிதோ என ஏங்கினர்! பாவாணர் திறத்தையும் உரத்தையும் பன்னிப் பன்னி இரங்கினர்! மாலையைச் சார்த்தும் போதே கண்ணீர் மாலையையும் சார்த்திய அன்பர்கள், பாவாணர் அமைதி முகம் கண்டு ஆறாத் துயருற்று அனலிடைப் புழுவெனத் துடித்தனர்! வாழ்–வெல்லாம் வண்டமிழ்க்கே என வாழ்ந்த அந்த வாழ்வு கீழ்பாக்கம் கல்லறைக்குள் அமைந்தது!

கல்லறையில் நடைபெற்ற இரங்கல் கூட்டத்தைச் சீராக ஒழுங்குறுத்திச் சிலம்பொலி செல்லப்பனார் நடத்தினார். பன்மொழிப் புலவர் கா. அப்பாத் துரையார் தலைமையில் அமைச்சர்கள் அரங்கநாயகம், பொன்னையன், இலங்கை அமிர்தலிங்கனார், பெருஞ்சித்திரனார்,

இளவரசு, இளங்குமரன், சனார்த்தனம், பொற்கோ, செல்லப்பனார், பொன்னடியான், வா.மு.சேதுராமன், சா.கணேசன், த.ச.தமிழன், சிறுவை மோகன சுந்தரன், செ. இராசு, புகழேந்தி, பாலசுந்தரம், தமிழுமல்லன், ஆகியோர் இரங்கல் மொழிந்தனர் சிங்கைத் தமிழர் சார்பில் வீரப்பனும் கருநாடக மாநில உ.த.க. சார்பில் பூங்காவனமும் இரங்கல் தெரிவித்தனர்.

நகரப் பெரியவர் என மதிக்கப்படும் 'செரீப்' அவர்கள் சென்னைப் பல்கலைக் கழக நூற்றாண்டு விழா மண்டபத்தில் 29-1-81 மாலையில் நகரப் பெருமக்கள் கலந்து கொள்ளும் வகையில் இரங்கல் கூட்டத்திற்கு ஏற்பாடு செய்திருந்தார். அக்கூட்டத்தில் தமிழக முதல்வர் ம. கோ. இரா, முதலாக, அமைச்சர்களும் அறிஞர்களும் கலந்துகொண்டு இரங்கல் தெரிவித்தனர். இவ்வேற்பாடு எத்தமிழறிஞர்க்கும் செய்யப்படாத ஏற்பாடாகும்.

அவ்விரங்கலில் கலந்துகொண்டவர்கள், திருவாளர்கள்:- ம.பொ.சி, கே. இராமசாமி, எம்.பி.சுப்பிரமணியம், ப.உ.சண்முகம், பி.மாணிக்கம், டி.என்.அனந்த நாயகி, குமரி அனந்தன், ப.நெடுமாறன், சந்தோசம், அபிபுல்லா பேக், மெ.சுந்தரம், பிரான்சிசுராயன், மூர்த்தி, வை.பாலசுந்தரம் ஆகியோர்.

-இக் கூட்டத்தில் பேசிய முதல்வர் "தமிழ்மொழி ஆராய்ச்சியில் பாவாணரின் விளக்கம் நம்மைத் தலைநிமிர்ந்து நிற்க வைக்கின்றது. அவருடைய கருத்துக்கள் தமிழின் முதிர்ச்சியை வெளிப்படுத்தியுள்ளன. பாவாணர் ஒவ்வொரு தமிழ்ச் சொல்லையும் ஆராய்ந்திருக்கிறார். தமிழரின் தகுதிக்கு உண்மையான ஆதாரங்களைத் தந்தவர் பாவாணர். அவரை நான் தமிழ்த் தெய்வமாகக் கருதுகிறேன்" என்றார் இதனிலும் மேலே சென்று, "அரசு நூல் நிலையங்களுக்கு இதுவரை எந்தத் தனிப் பெயரும் தரப்படவில்லை, இனி அரசு நூல் நிலையத்திற்குப் பாவாணர் பெயர் வைக்க ஏற்பாடு செய்யப்படும்" என்றார்.

தமக்கும் அவர்க்கும் எட்டாண்டுகளின் முன்னரே தொடர்புண்டு என்பதையும் சுட்டினார் முதல்வர்.

"1972-ஆம் ஆண்டு அ.தி.மு.க. துவக்கப்பட்ட நேரத்தில் பாவாணர் என்னைச் சந்தித்துப் பேசினார். அப்போதே அவருக்கு அகரமுதலி தயாரிக்கும் எண்ணம் இருந்ததை வெளிப்படுத்தினார். இறுதி வரையும் அந்த எண்ணத்தின்படியே பணியாற்றினார்!" என்றார் முதல்வர்.

○

18

நினைவகங்களும் நிலைபேறும்

பாவாணர் தமிழ்க் குடும்பம்

நெய்வேலி அன்பர் த.அன்புவாணர்க்கு ஓர் ஆர்வம், "தமிழர் ஒன்றுபட்டுக் கடனாற்றுவதில்லை. முதற்கண் தம் உள்ளும் புறமும் ஒன்றுபட்டுக் கடனாற்றாமையுடன் குடும்ப உறுப்புகள் ஒன்றுபட்டும் கடனாற்றுவதில்லை, அம்முயற்சி மேற்கொள்ளப் பட வேண்டும்" என்பது. அதனைத் தம் உள்ளொத்த அன்பர்களுடன் உறவாடி, ஒத்த உணர்வுடைய சில தமிழ்க் குடும்பங்களை இணைத்துத் 'தமிழ்க் குடும்பம்' என்னும் பெயரில் ஓர் அமைப்பை உருவாக்க வேண்டும் என முயன்றார். அம்முயற்சி ஆய்வில் 'தமிழ்க் குடும்பம்' என்னும் பொதுப் பெயரினும் மொழி – இன – நாடு – தழுவிய வகையில் வழிகாட்டுவார் ஒருவர் பெயரிணைப்பு இருத்தல் சாலுமெனப் பல்வேறு ஆய்தல்களுக்கு இடையே நிறைந்த ஒருமித்த முடிவாகப் "பாவாணர் தமிழ்க் குடும்பப்" பெயர் தோற்ற முற்றது.

தி.பி.2001 கடகம் 17 (2–8–1970) இல் நெய்வேலியில் 8 குடும்பங்களை உறுப்பாகக் கொண்டு தோற்றுவிக்கப்பட்டது. இக்கால், அதன் இரட்டி எண்ணிக்கைக் குடும்பங்களொடு தொய்வின்றித் தன் பணியைத் தொடர்கின்றது.

"உங்கள் தொழில் பணி இவற்றிற் கேற்ப மாதமொரு முறையோ, இருமுறையோ கூடுவது சிறப்பு. கூடுமானவரை தனித் தமிழில் உரையாடுங்கள். நம் தமிழர் பண்பாடு ஒழுக்கம் இவற்றைக் கடைப்பிடித்து வாழவேண்டும். தமிழர்களுக்குப் பகுத்தறிவு தன்மானம் நெஞ்சுரம் மூன்றும் மிகமிக வேண்டியவை. ஆடவன் பெண்ணிடம் எப்படித் கற்பை எதிர்ப்பார்க்கிறானோ அப்படியே தானும் கற்புடன் வாழவேண்டும்; இறை மறுப்போ உடன்பாடோ அவரவர்களின் விருப்பு வெறுப்பைப் பொறுத்தது. தமிழர்களுக்கு இனவுணர்வும் மொழியுணர்வும் இரு கண்கள்.

குடும்ப நிலையில் தலைவன் தலைவி அன்பு நிலையில் ஒன்றுபட வேண்டும். அன்பு நிலையில் இணைந்து வாழ்ந்தால் சிக்கல் ஏற்படுவது மிகவும் குறையும். மனைவிக்குத் தமிழ்ப்பண்பாடு கெடாத அளவுக்கு உரிமை வழங்குவதில் தவறில்லை"–இவை தமிழ்க் குடும்பத்தார்க்குப் பாவாணர் உரைத்த வாழ்வியலுரை – நாங்கள் காணும் பாவாணர். பக்.25.

உலகத் தமிழ் ஆராய்ச்சி நிறுவனப் பாவாணர் அறக்கட்டளை

உலகத் தமிழ் ஆராய்ச்சி நிறுவன இயக்குநர் முனைவர் ச.வே.சுப்பிரமணியனார் தூண்டலால், மாதந்தோறும் அறக்கட்டளைச் சொற்பொழிவொன்று நிகழ்த்த வேண்டும் என்னும் திட்டத்தில் நிறுவப்பட்ட ஒன்று மொழி ஞாயிறு தேவநேயப் பாவாணர் அறக் கட்டளைப் பொழிவுத் திட்டமாகும். இத்திட்டத்தின் வைப்புத் தொகை உருபா பத்தாயிரம். இத்திட்டத்திற்குப் பெருந்தொகை வழங்கிய பேரார்வலர் சிங்கை வணிக-வியற் கல்லூரி முதல்வர் கோவலங்கண்ணனார் ஆவர்.

பாவாணர் பதிப்பகம் - பெங்களூர்

9-3-84 மாலை 6.30 மணிக்கு பெங்களூர் 156 வீரப்பிள்ளைத் தெரு. குமரி மின் அச்சகத்தில் நடைபெற்ற கருத்துரைக் கூட்டத்தில் பாவாணர் பதிப்பகம் நிறுவுதல் பற்றி முடிவாகி ஏற்றுக் கொள்ளப்பட்டது.

பதிப்பக நோக்கங்கள்

1. பாவாணரின் கட்டுரைகளைத் திரட்டி வெளியிடுதலும் நூல்களை மறுபதிப்புச் செய்தலும் அவற்றின் பிறமொழியாக்கங்களை வெளியிடுதலும்;
2. பாவாணர் கொள்கைகளையும் பரப்பும் வகையில் அவர் தமிழ் மொழியாய்வு பற்றிய திறனாய்வுகளை ஊக்குவித்து வெளியிடுதலும்:
3. பாவாணர் கொள்கைகளுக்கு உட்படுவனவும் அரண் செய்வனவும் தனித்தமிழ் வளர்ச்சி குறித்தனவுமான பல்துறை நூல்களை வெளியிடுதலும் பாவாணர் பதிப்பகத்தின் நோக்கங்கள் ஆகும்.

'பாவாணர் தமிழ் மன்றம்' என்றோர் அமைப்பும் பெங்களூர் வசந்தா நகரில் உள்ளது.

பாவாணர் ஆராய்ச்சி நூலகம்

இப்பெயரிய நூலகம் மதுரை-திருநகரில் புலவர் இரா.இளங்குமரனால் நிறுவப்பட்டது. நிறுவப்பட்ட நாள் 26-5-83 இந்நூலகம் இந்நாளில் திருச்சி-கருவூர் சாலையில், காவிரிக் கரையில், அல்லூர் என்னும் ஊரில் அமைந்துள்ள திருவள்ளுவர் தவச்சாலையின் ஓர் உறுப்பாக அமைந்து நூலாய்வாளர்க்கும், மேனிலைப் பட்டம் பெறுவார்க்கும் பயன் செய்கின்றது. இதன் கண் அரிய நூல்கள் பதினையாயிரத்திற்கு மேல் உள.

பெரம்பலூரில் கிளர்ந்துள்ள திருவள்ளுவர் தவச்சாலையைச் சார்ந்தும், பாவாணர் நூற்றாண்டு விழா நினைவாகப் பாவாணர் நூலகம் தோன்றியுள்ளது.

பாவாணர் படிப்பகம்

தங்க வயல் உ.த.க.சார்பில் ஆண்டரசன் பேட்டையில் 29-7-84 ஞாயிறு காலை 10.30 மணிக்குப் பாவாணர் படிப்பகத் திறப்பு விழா நிகழ்ந்தது. படிப்பகச் சார்பில் இதழ்கள் பல வருகின்றன. தமிழ்ப் பற்றாளர் ஒருங்கு கூடி உணர்வொத்த ஒப்புரவாண்மை கொள்ள இப்படிப்பகம் உதவி வருதல் நிறைவான செய்தியாம். கட்டட இடம் சிறிதே எனினும் தன் பணி பெரிதும் அரிதுமாம்.

பாவாணர் மைய நூலகம்

சென்னை அண்ணா சாலையில் நூலக ஆணைக்குழுவின் சார்பில் அமைந்துள்ள மைய நூலகம் பாவாணர் பெயர் தாங்கியுள்ளது. பாவாணர் மறைவின்பின் அவர் நினைவுக்குறியாக அரசின் சார்பில் செய்யப்பட்டுப் பெயர் மாற்றங்கொண்டது இந்நூலகமாகும்.

மாநகரில் சிறப்பான இடத்தில் அமைந்துள்ள இந்நூலகம், வாழ்நாள் எல்லாம் நூல் தொகுத்தல், நூல் ஆய்தல், நூல் எழுதுதல் என்றே இருந்த பாவாணர்க்குத் தக்க நினைவுச் சின்னமாகும்.

பாவாணர் அறக்கட்டளை

பாவாணர் நூல்களை வெளியிட்டுப் பரப்பவும் அவர் வழியில் ஆய்வு செய்வாரை ஊக்கவும் தக்க படைப்புகளுக்குப் பரிசு பாராட்டு வழங்கவுமெனச் சிங்கை, கோவலங்கண்ணனார் தம் குடும்ப வைப்பினைக் கொண்டு பாவாணர் அறக்கட்டளை ஒன்று நிறுவியுள்ளார். அவ்வறக்-கட்டளை பாவாணரின் புகழ் உடலமாகத் திகழவல்லதாம். இது பாவாணர் நூற்றாண்டு விழாக் கொடையாய்க் கிளர்ந்தது.

ஈப்போ பாவாணர் தமிழ் மன்றம்

பாவாணர் நினைவாக, மலைநாடு ஈப்போவில் தமிழ் மன்றம் ஒன்று அவர் வாழும் போதே ஏற்படுத்தப்பட்டது. அம் மன்றம் மலை நாட்டில் பாவாணர் பெயர் பரப்பில் தலைப்பட்டு நிற்கின்றது.

பாவாணர் நாட்காட்டி

பாவாணர் கண்டதும் கொண்டதுமாகிய தமிழியல் நாட்காட்டி தமிழ்ப் பற்றாளர் நடைமுறைப் படுத்துவதற்குவாகாக நெய்வேலி உ.த.க. வினரால் தொடர்ந்து வெளியிடப்பட்டு வருகின்றது. நாட்காட்டி என்னும் அளவில் நில்லாமல் பலப்பல, தமிழுற்றச் செய்திகளையும் சான்றோர் பிறப்பு நினைவு நாள்களையும் நயத்தகு கருத்துகளையும் தாங்கி வெளி-வருகின்றது. வேண்டுவார்க்கு அவர்தம் முகவரியிட்டும் அச்சிட்டு வழங்கின்றது. த.ச.தமிழனரால் வெளியிடப்பட்டது' நாட்குறிப்பு!

மேலும் பாவாணர் பெயரால் தமிழியக்கம், திருச்சி; பாவாணர் தனித்தமிழியக்கம், புதுவை; பாவாணர் நற்பணி மன்றம், தட்டாஞ்சாவடி, புதுவை; பாவாணர் பயிற்றகம், புதுவை; பாவாணர் மன்றம், வாணியம் பாடி; பாவாணர் பாசறை, புதுக்கோட்டை; பாவாணர் இலக்கியக் கழகம், சென்னை; பாவாணர் கலைக் குடில், போழறப்பட்டி என்பனவும் பிறவும் உள! பாவாணர் பெயர்ச் சுட்டு இன்றேனும் பாவாணர் தொடர்பும் தொண்டும் கொண்டு திகழ்வன பிறவும் உள. அறிஞர் கால்டுவெல், அவர்க்குப் பின்னர் மறைமலையடிகள், அடிகளுக்குப்பின்னர்ப் பாவாணர் பாவலரேறு என அவர் வரிசையில் வழிவழி வருவார் தொண்டும் பாவாணர் சின்னமே!

உ.த.க. முதலிய அமைப்புகள்

பாவாணர் மறைவுக்குப் பின்னரும் உ.த.க மறையாமல் காத்து வருகின்ற அமைப்பு ஆர்வலர்களைப் போற்ற வேண்டும். தமிழகப் பரப்பெல்லாம் ஆலென விழுது விட்ட அமைப்பின் நிலை சுருங்கிற்றே எனினும், சோர்விலா வண்ணம் தொடர்ந்து கடனாற்றி வரும் நெய்வேலி நகரியம், திருச்சி ஊரகம், பாளையங்கோட்டை திருவாரூர், நீடாமங்கலம், குடந்தை அமைப்புகளும், புதுவை, வெங்கலூர் தங்கவயல் ஆகிய வெளி மாநில அமைப்புகளும் நெஞ்சில் பசியவை. தனித் தமிழ்க் கழகம், தமிழ்க்கழகம் மறைமலையடிகள் மன்றம் என வேறு பெயர்களைக் கொண்டவையும் பாவாணர் கருத்துவழியே கடனாற்றி வருவனவாகவும் உள்ளன. அவற்றின் தொண்டும் நினைவு கூரத்தக்கன. எவ்விடர் வரினும் எவர் எந்நோக்கு நோக்கினும் எம் கொள்கைவழி தக்கதே எனப் பாவாணர் வழியில் ஊன்றி நிற்கும் எழுத்தாளர்கள் பாவலர்கள் எங்கும் உள்ளனர். அவ்வப்போது தத்தம் திறத்திற்கும் வாய்ப்புக்கும் தக வெளியீடுகளும் செய்து வருகின்றனர். எத்துணைப் பேர்கள் பாவாணர் வழியில் தம் பெயர்களைத் தனித்தமிழாக்கிப் கொண்டவர்! எத்துணைப் பேர்கள் பாவாணராலேயே பெயராக்கம் பெற்றுளர்! அவர்களுள் எத்துணை எத்துணைப் பேர்கள் தம் கொள்கை ஊற்றத்தால் தமிழ்த் தொண்டு செய்து வருகின்றனர்!

தேவநேயர் படைப்பாக்கங்களையெல்லாம் ஒருங்குதிரட்டி, அகர நிரலில்- ஓரடைவு செய்யும் பணி நிகழ்கின்றது. அது முழுதுறு தேவநேயமாகத் திகழும்.

ஆசிரியர் தொல்காப்பியனார், தொல்காப்பியத்தால் நம்முடன் ஒன்றி உறைந்து உடனாகித் திகழுமாய் போலத் தேவநேயத்தால் தேவநேயரும் நம்மொடும் ஒன்றி உறைந்து உடனாகித் திகழ்வார்.

○

19
பாவாணர் பொன்மொழிகள்

1. இக்கால சிறந்த துறவு

இக்காலத்தில், துறவு பூண்டோர் காட்டிற்குச் செல்லாது நாட்டிலும் நகரத்திலும், தம்மாலியன்றவரை பொதுமக்களுக்குத் தொண்டு செய்வது சிறந்த துறவாகக் கருதப்படுகின்றது.

த.தி. முன்.3.

2. இல்லறமே நல்லறம்

இறைவன் ஏற்பாட்டின்படி மக்களுலகம் இடையறாது தொடர்ந்து வருவதற்கு இல்லறமே காரணமாதலாலும், துறவியர்க்கும் அவர் முற்றத் துறக்கும் வரை இன்றியமையாத் துணையாயிருப்பது இல்லறத்தாரே யாதலாலும், இல்லறத்தாலும் வீடுபேறு கிட்டுமாதலாலும் மாயமால நடிப்பிற் கிடம் துறவறத்திலும் இல்லறத்திற் குறைவாதலாலும் இல்லறமே நல்லறமாம்.

த.தி. முன்.3.

3. இறைவழிபாடு

ஒருவன் காலையில் எழுந்தவுடனும், பின்னர், உண்ணுமுன்னும், ஓரிடத்திற்குப் புறப்படுமுன்னும், ஒரு வினையைத் தொடங்குமுன்னும், ஒரு நன்மை கிட்டியபோதும், தீங்கு நேர்ந்தபோதும், உறங்கப் புகுமுன்னும் இறைவனை ஒரு நிமையம் எண்ணினாலும் இறைவழிபாடு செய்ததாகும். இங்ஙனம் மன நிலையிலேயே இருக்கக் கூடிய மதத்தை எவரும் அழிக்க முடியாது.

ம.வி.46

4. உலகக்கு ஓராட்சி

பன்னாட்டுக் கழகத்திற் (League of nations) போன்ற ஒன்றிய நாட்டினங்களிலும் (UN) பல குறைகளும் பிரிவினையும் இருந்தாலும் போரையும் மக்கட் பெருக்கத்தைத் தடுக்கும் வழியின்மையாலும் உலக முழுதும் ஒரே ஆட்சி ஏற்படல் இன்றியமையாததாம்.

ம.வி.216

5. கருத்து வேறுபாட்டை மதித்தல்

காணப்பட்ட பொருள்களைப் பற்றியே கருத்து வேறுபாடிருக்கும் போது காணப்படாத கடவுளையும் மறுமையையும் பற்றிக் கருத்து வேறுபாட்டிற்கு மிகுந்த இடமிருப்பதால், கடவுளை நம்புகிறவரும் நம்பாத வரும் ஒருவரை ஒருவர் குறை கூறாதும் வெறுக்காதும் உயர்திணைக்குரிய உடன்பிறப்பன்பு பூண்டு ஒழுகல் வேண்டும்.

த.ம.192

6. தந்தையும் அரசும்

ஒரு குடும்பத்திற் பிறந்த பிள்ளைகட்கெல்லாம் ஊணுடை யுறையுள் அளிக்கத் தந்தை கடமைப்பட்டிருப்பது போன்றே, ஒரு நாட்டிற் பிறந்த குடிகட்கெல்லாம் வேலையும் பாதுகாப்பும் அளிக்க அரசு கடமைப் பட்டுள்ளது.

ம.வி.35

7. தொழிற்சாலையிடம்

தொழிற்சாலைகள் மக்கள் குடியிருப்பிற்கும் கல்வி நிலையங் கட்கும் விளைநிலங்கட்கும் குறைந்தது ஒரு கல் தொலைவிற்கப்பால் இருத்தல் வேண்டும். அல்லாக்கால், அவற்றினின்று வெளிவரும் தீநீராலும் நஞ்சுப்புகையாலும் நாற்றக் காற்றாலும் மக்கள் நலங்கெடும். மரஞ் செடி கொடிகள் படும்; பயிர்ப்பச்சைகள் விளையா; ஆறு, ஏரி கிணறு முதலிய நன்னீர் நிலைகளெல்லாம் உவர்நீராக மாறிவிடும். தோற்–பதனீட்டுச் சாலைகள் ஊரருகில் இருப்பவற்றையும் அளவிற்கு மிஞ்சின வற்றையும் உடனே அகற்றிவிடல் வேண்டும். ஆலைக் கழிவு நீரைத் தூய்மைப் படுத்தலையும் மேற்கொள்ள வேண்டும்.

ம.வி.81

8. புதுப்புனைவாளரைப் போற்றுதல்

இக்காலத்தில் பொன்னும் எண்ணெயும் போன்ற கனிமப்பொருள்கள் இல்லா நாடுகளெல்லாம் புதுப்புனைவுகளாலும் கண்டுபிடிப்புகளாலுமே தழைத்தோங்க முடியும். ஆதலால்,அவ்வாற்றலுள்ளாரை வரியும் செல்வ வரம்பும் இடாது அரசு ஊக்குதல் வேண்டும். புதுப்புனைவுகளால் மக்கள் வாழ்க்கை ஏந்தும் (வசதியும்) இன்பமும் பெறுவதால் புதுப்புனைவாளரை யெல்லாம் குல மத கட்சி வேறுபாடின்றி, நாட்டுவளம் பெருக்கியவராகவும் உலகப் பொதுநலத் தொண்டராகவும் போற்றுதல் வேண்டும்.

9. வணிக இடைஞன் வேண்டா

விளைப்பானுக்கும் விற்பானுக்கும் இடையில் மொத்த விலைஞன் அல்லது அரசு தவிர வேறோர் இடைஞனும் இருத்தல் கூடாது.

10. வேலை நிறுத்தம்

தக்க கரணியம் இருந்தாலன்றி வேலை நிறுத்தம் செய்தல் கூடாது. மேலாண்மையோடு ஏதேனும் பிணக்கு நேரின், முதற்கண் தொழிற்றுறை-யலுவலரிடத்தும், பின்னர்த் தொழிற்றுறை அமைச்சரிடத்தும் முறையிடல் வேண்டும். அவ்விருவராலும் தீராவிடின் பின்னர்ப் பொதுமக்களிடம் முறையிடுதல் போல் முந்நாட்குமுன் தெரிவித்து, அமைதியாகவும் வன்செயலின்றியும் தனிப்பட்டவர் உடைமைக்கும் அரசுடைமைக்கும் சேதம் விளைக்காதும் ஊர்வலமும் கூட்டமும் நடத்திவரல் வேண்டும். சில நாட்குள் ஏதேனும் ஓர் ஒழுங்கு ஆகத்தான் செய்யும்.

ம.வி. 81

20

பாவாணர் ஒளிவீச்சு

பண்டாரகரா[1] பண்டுவரா[2] பாவாணரை நினைவு கூறாமல் முடியுமா? குளம்பி[3] வேண்டுமா? கொழுந்து நீர்[4] வேண்டுமா? என்று வினவு-வாரிடைப் பாவாணர் அன்றோ மென்னகை புரிகின்றார்.

நான் அணியமாக[5] இருந்தேன்; நீங்கள் இப்பொழுது வந்தது ஏந்தாக[6] இருந்தது என்பாரிடைப் பாவாணர் இரண்டறக் கலந்து திகழ்கிறார் அல்லரோ?

இந்த மொட்டான்?[7] தான் அந்த மேடைக்கு [8]அமைவாக இருக்கும் என்பவர் இன்றமிழ் உள்ளத்தில் பாவாணர் அன்றோ வீற்றிருக்கிறார்.

பழக்கூட்டும்[9] பனிக்கூழும்[10] எனக்கு ஒத்துக் கொள்வதில்லை. வெதுப்பமாகப் பருகவேண்டும் என்பார்மாட்டுப் பழக்கூட்டும் பனிக் கூழுமாக அல்லவோ பாவாணர் குளிர்கின்றார்.

பொந்திகை[11] யாக உண்டு சடுத்த[12] மாக வருவாருடனே பாவாணரும் அன்றோ பொந்திகையாக வருகின்றார்.

பிறப்பியம்[13] எழுதிஜந்திறம்[14] அறிவாரிடத்தும் தொன்மம்[15] படித்துத் தோற்றரவை[16] நம்புவாரிடத்து கூடத் தமிழால் ஒன்றியுள்ளார் பாவாணர்.

அறிவன்,[17] காரி[18] பார்த்து நீராடுவாரிடத்தும், செந்தணப்பில்[19] வீற்றிருப்பாரிடத்தும் பாவாணர் உறைகின்றார்.

தூவல்[20] கொண்டு எழுதுவாரிடத்தும் பாடகராகிப் [21]பாடுவாரிடத்தும் பாவாணர் ஒன்றியுள்ளார். குமுகாய[22] மேம்பாட்டுக்கு எடுப்பை[23] அகற்றி அடிப்படைப்[24] பயன்படுத்த வேண்டும் என்று சூளிட்டுக் கொள்வாரிடத்தே பாவாணர் சுடர்கின்றார்.

அரத்தம்[25] படைச்சால்[26] வைத்தூற்றி[27]மணிப்பவழம்[28] இன்னவற்றை அகரமுதலியில் இணைப்பாரிடத்தே பாவாணர் இணைத்திருக்கிறார்.

அழகனார்[29] அழகமதியர்[30] அருட்செல்வர்[31] ஆமலையழகர்[32] மதியழகர்[33] மணவழகர் [34]அருளர் [35]மனங்கவர்ந்தார் சின்னாண்டார்[37] மகிழ்நர்[38] இன்ன பெயராளர்களிடத்தெல்லாம் பேரோளராகப் பாவாணர்

திருக்கோலம் கொண்டுள்ளார். வெங்காலூர்[39] வேம்பாய்[40] எருதந்துறை[41] பைந்தீபம் [42]அமைதிவார்[43] என்று எண்ணுவாரிடத்தும் வேம்பா (கொதிகலன்) த் தொழிற்சாலை[44] தடிவழி விரைவான்[45] நாட்சரி மாதிகை[47] என்று பெயரிடுவாரிடத்தும் பாவாணர் அமைந்திருக்கிறார். காட்டு விலங்காண்டி[48] என்றாலும் பட்டந்தாங்கி[49] என்றாலும் நேரி[50]யைப் பயன்படுத்தும் அளவில் மொழியாக்க நோக்குக் கொள்ளுதல் வேண்டும் என்று கருதின் அவரிடத்தே பாவாணர் அகமலர்ந்து முகமலர்ந்து அழகுக் காட்சி வழங்குகின்றார்.

தேவநேயக் களஞ்சியம்

இங்குச் சுட்டிக் காட்டிய ஐம்பது சொற்கள் தாமோ தேவநேயம்! இப்படி எத்துணை எத்துணை ஐம்பதுகள்! அவற்றையெல்லாம் ஒருங்கே தொகுத்துக் காட்டும், வேர் விளக்கம்– பொருள் விளக்கம்– எடுத்துக்காட்டு விளக்கம் இன்னயெல்லாம் ஒரு தொகுப்பாகத் தொகுத்துக் காட்டும் சொற்களஞ்சியமே தேவநேயமாகத் திகழுமாக!

1. டாக்டர் 2. மருத்துவர் 3.காபி 4. தேநீர் 5.தயார் 6.வசதி 7. ஸ்டூல் 8. மேசை 9. புளுட்சாலிட் 10. ஐஸ்கிரீம் 11. திருப்தி 12. விரைவு 13. சாதகம் 14. பஞ்சாங்கம் 15. புராணம் 17. அவதாரம் 18. புதன் 19. ஏர்கண்டிசன் 20. பேனா 21. பாகவதர் 22. சமுதாயம் 23. எடுப்புக் கக்கூஸ் 24. பிளஸ் அவுட் 25. இரத்தம் 26. பர்லாங் 27. புனல் 28. மணிப்பிரவாளம் 29. சுந்தரம் 30. இராமச் சந்திரன் 31. கருணாநிதி 32. பசுமலை சுந்தரம் 33. சோமசுந்தரம் 34. கலியாணசுந்தரம் 35. கருணை 36. மனோகரன் 37.சின்னச்சாமி 38. சந்தோஷம் 39. பெங்களூர் 40. பம்பாய் 41. ஆக்ஸ்போர்டு 42. கிரீன்லாண்ட் 43. பசிப்பிக் கடல் 44. பாய்லர் தொழிற்சாலை 45. கிராண்ட் டிரங் எக்ஸ்பிரஸ் 46. தினசரி 47. மாதப் பத்திரிகை 48. மிருகாண்டி (மிராண்டி) 49. பட்டதாரி 50. ஓட்டு.

21
கால அடைவில் பாவாணர் நூல்கள்

1. சிறுவர் பாடல் திரட்டு — 1925
2. மருதநிலப் பாடல் — 1925
3. கிறிஸ்தவக் கீர்த்தனம் — 1932
4. துவாரகை மன்னன் (அ) பூபாரந்தீர்த்த புண்ணியன் — 1932
5. கட்டாய இந்திக் கல்விக் கண்டனம் (அ)செந்தமிழ் காஞ்சி — 1937
6. கட்டுரைக் கசடறை என்னும் வியாச விளக்கம் — 1937
7. கட்டுரை வரைவியல் — 1939
8. தமிழன் எப்படிக் கெட்டான்? — 1940
9. தமிழர் சரித்திரச் சுருக்கம் — 1940
10. வேர்ச் சொற் சுவடி — 1940
11. இயற்றமிழ் இலக்கணம் — 1940
12. ஒப்பியன் மொழி நூல் — 1940
13. சுட்டுவிளக்கம் (அ) அடிப்படை வேர்ச் சொல் ஐந்து — 1943
14. திரவிடத்தாய் — 1944
15. தொல்காப்பியம் எழுத்ததிகாரம் குறிப்புரை — 1944
16. தொல்காப்பியம் சொல்லதிகாரம் குறிப்புரை — 1946
17. சொல்லாராய்ச்சிக் கட்டுரைகள் — 1949
18. உயர்தரக் கட்டுரை இலக்கணம் I — 1950
19. உயர்தரக் கட்டுரை இலக்கணம் II — 1951
20. பழந்தமிழாட்சி — 1952

21.	முதல் தாய்மொழி	1953
22.	தமிழ் நாட்டு விளையாட்டுக்கள்	1954
23.	தமிழர் திருமணம்	1956
24.	சென்னைப் பல்கலைக் கழக அகராதியின் சீர்கேடு.	1961
25.	சென்னைப் பல்கலைக் கழக அகராதியின் சீர்கேடு (ஆங்கிலம்)	1961
26.	என்அண்ணாமலை நகர் வாழ்க்கை	1962
27.	இசைத்தமிழ்க் கலம்பகம்	1966
28.	பண்டைத் தமிழ நாகரிகமும் பண்பாடும்	1966
29.	The Primary Classical Language of the world	1966
30.	தமிழ் வரலாறு	1967
31.	வடமொழி வரலாறு	1967
32.	இந்தியால் தமிழ் எவ்வாறு கெடும்?	1968
33.	இந்தியால் தமிழ் எவ்வாறு கெடும்? (ஆங்கிலம்)	1968
34.	வண்ணனை மொழி நூலின் வழுவியல்	1968
35.	தமிழ் கடன் கொண்டு தழைக்குமா?	1969
36.	திருக்குறள் தமிழ் மரபுரை	1969
37.	இசையரங்கு இன்னிசைக் கோவை	1969
38.	தமிழ் வரலாறு	1972
39.	தமிழர் மதம்	1972
40.	வேர்ச்சொல் கட்டுரைகள்	1973
41.	மண்ணில் விண்	1978
42.	தமிழின் தலைமையை நாட்டும் தனிச் சொற்கள்	1979
43.	தமிழ் இலக்கிய வரலாறு	1979

பாவாணர் மறைவுக்குப் பின்

44.	செந்தமிழ்ச் சொற்பிறப்பியல் அகரமுதலி முதன் மடலம்	1985
45.	பாவாணர் கடிதங்கள்	1985

46. பாவாணர் மடல்கள் 2000

47. பாவாணர் பாடல்கள் 2001

பாவாணர் இயற்றி நமக்கு எட்டாதவை

48. பழமொழி பதின் மூவாயிரம் (சேலத்தில் வாழ்ந்த காலம்)

49. சொல்லியல் நெறிமுறை (அண்ணாமலை நகர்க் காலம்)

50. இசைத் தமிழ் வரலாறு. (மன்னார்குடிக் காலம்)

குறிப்பு:

பல்வேறு இதழ்களில் வெளிவந்த கட்டுரைகள் அச்சுருப் பெறுகின்றன; பத்துத் தொகுதிகள். வெளியீடு: தமிழ்மண் பதிப்பகம், சென்னை.

குறிப்புகள்

குறிப்புகள்

குறிப்புகள்